Vietnamese
phrasebook

Nguyen Xuan Thu

Vietnamese Phrasebook
1st edition

Published by
Lonely Planet Publications
Head Office: PO Box 617, Hawthorn, Vic 3122, Australia
Branches: 155 Filbert St, Suite 251, Oakland, CA 94607, USA
               10 Barley Mow Passage, Chiswick, London W4 4PH, UK
               71 bis rue du Cardinal Lemoine, 75005 Paris, France

Printed by
Colorcraft Ltd, Hong Kong

About This Book
This book was written by Nguyen Xuan Thu. Sally Steward edited the book
and Ann Jeffree was responsible for cover, illustrations and design.

Published
March 1993

National Library of Australia Cataloguing in Publication Data

Nguyen Xuan Thu
   Vietnamese Phrasebook.

   ISBN 0 86442 173 7

1. Vietnamese language - Conversation and phrase books - English.
I. Title. (Series: Language survival kit).

495.92283421

Contents

Introduction

After nearly half a century of war and isolation, Vietnam has become one of the poorest countries in the world. Today, however, people live with dignity and hope in this unfortunate country. Those who visit Vietnam now should find the reasons for the people's optimism during their stay, provided they are aware of some of the country's cultural norms, and possess some language for communication.

This phrasebook does not deal with the cultural values of the Vietnamese people. However, to help visitors begin to understand the Vietnamese culture, it is essential to describe some basic cultural norms. Elderly people in Vietnam, especially in rural areas, are particularly respected. The reasons are simple: they have had their whole life fighting for the survival of their country, and they are the link between the dead and the living. While touring around Vietnam you may meet many young people with big smiles, laughter and curiosity. Don't be surprised or unsettled – they'd simply like to express their hospitality and friendliness to you. Their smiles or laughters have many meanings which would not be easy to explore in the first instance, however, one sure thing is that they are not provocative. They are meant as tokens of generosity and tolerance. What you might have to worry about, if anything, is that people keep away from you. You may also feel strange when you rarely hear people say 'thank you' to each other. Even with a stranger like you, when you do a favour for them, no word of thanks is expressed. That is common. In the Vietnamese culture, expressing gratitude to a person in words has less weight than a thankful attitude.

To learn basic Vietnamese, you need to pay particular attention to a pair of initial consonants *d* and *đ*, and to the tones. Initial consonants *d* (as in 'zoo') and *đ* (as in 'dog') must be distinctively pronounced because they will be changed into another meaning if you mispronounce them.

If you master Vietnamese tones, you will have few problems learning Vietnamese. You will find that Vietnamese grammar is quite simple. In fact, many devoted students have learned Vietnamese and spoken it quite fluently within six months.

Vietnam's population is about 70 million. Over 84% of its population is ethnic Vietnamese. Unlike Chinese, the Vietnamese language has no dialects. Everyone can understand each other, even though there are three major accents: northern, central and southern.

After regaining independence from Chinese rule in 939, the Vietnamese rebuilt their country in all aspects of life. One of these was to develop a system of writing, which became known as *Chữ Nôm*.

The system of *Chữ Nôm* was made up from either a single Chinese character or the combination of two Chinese words. This system of writing, mainly used in the area of literature, lasted until the beginning of this century.

The current writing system, called *Quoc Ngu* (national written language), is based on the Roman alphabet. This system was developed in the first part of the 17th century by a European Catholic mission for religious purposes. Quoc Ngu became popular, and today it is the formal, and only, writing system in Vietnam.

In Vietnamese culture, the foreign visitor who can speak some Vietnamese is appreciated and welcomed by the Vietnamese. This phrasebook aims to help you understand the spirit of the Vietnamese people, as well as to see what is happening in their land. We wish you good luck.

a – adjective
lit – literally
n – noun
s – subject
v – verb

Pronunciation

Vietnamese has three regional accents, but no dialects. This means that when you learn Vietnamese, with any accent, you can communicate with other Vietnamese.

Vowels

a	as in 'bah'	*ca*	sing
ă	as in 'hut'	*ăn*	eat
â	as in American 'shut'	*tâm*	heart
e	as in 'keg'	*be*	small
ê	as in French *et*	*quên*	forget
i/y	as the 'i' in 'machine'	*khi*	when
o	as in 'saw'	*lo*	worry
ô	as the 'o' in 'obey'	*vô*	enter
ơ	as in 'bird'	*vợ*	wife
u	as in 'through'	*chú*	uncle
ư	between the 'i' in 'sister' and the 'u' in 'sugar'	*nữ*	female

Consonants

b	as in 'bed'	*ba*	three
c	(k/q) as in 'cat' (not before *e*, *ê* and *i*)	*ca*	sing
ch	as in 'chop'	*cha*	father
d or gi	as in 'zoo'	*dài*	long
đ	as in 'dog'	*đi*	go
g	as in 'game'	*gà*	chicken

gh	as in 'game' (before *e*, *ê* and *i*)	*ghế*	chair
h	as in 'hat'	*hải*	sea
k	as in 'kilo', (occurs only before *e*, *ê* and *i/y*)	*ký*	sign
l	as in 'lime'	*làm*	work
m	as in 'me'	*mèo*	cat
n	as in 'no'	*nói*	speak
ng/ngh	as in 'singer'	*ngủ*	sleep
nh	as in 'canyon'	*nhà*	house
p	(final consonant only)	*tháp*	tower
ph	as in 'photo'	*phá*	destroy
q	a 'k' sound (only before **u**)	*quý*	precious
r	as in 'rock'	*rồi*	already
s	as in 'sugar'	*sai*	mistake
t	as in 'stop'	*tai*	ear
th	as in 'thick'	*thương*	love
tr	as in 'destroy'	*trà*	tea
v	as in 'vast'	*vai*	shoulder
x	as in 'soldier'	*xe*	car

Tones in Vietnamese are difficult for a non-Vietnamese learning this language. When a tone in a word is changed, the meaning of that word will be changed accordingly. There are six tones:

dấu ngang	(no marker)	*ma*	'ghost'
dấu sắc	(marker)	*má*	'mother'
dấu huyền	(marker)	*mà*	'which'
dấu hỏi	(marker)	*mả*	'tomb'
dấu ngã	(marker)	*mã*	'horse'
dấu nặng	(marker)	*mạ*	'rice seedling'

A visual representation of these looks something like this:

Ngang   Sac   Huyền   Nặng   Hỏi   Nga

Grammar

Vietnamese is a tonal language and is written in Roman script. Words do not change their forms and verbs are not conjugated. Grammar therefore plays a vital role in understanding how the language works.

Sentence Structures

Like English, Vietnamese sentence order is subject-verb-object, as follows:

subject (s):	she	*cô ấy*
verb (v):	to eat	*ăn*
object (o):	rice	*cơm*

Affirmative Statement:

She eats rice.   *Cô ấy ăn cơm.*
                         's + v + o'

Negative Statement:

She does not eat rice.   *Cô ấy không ăn cơm.*
                         's + không + v + s'

Question:

Does she eat rice?   *Cô ấy có ăn cơm không?*
                         's + có + v + o + không?'

In any question which has an auxiliary preceding a verb, for example, 'Will she have dinner?' or 'Is she having dinner?',

11

the question in Vietnamese must have the following pattern:
's + v + o, *phải không?*'

Will she have dinner?	*Cô ấy sẽ ăn tối, phải không?*
Is she having dinner?	*Cô ấy đang ăn tối, phải không?*

When a sentence has the form 's + be + a (adjective)', the
copula *là*, 'be', can be omitted. For example: 'I am tired', *Tôi
mệt* (literally: 'I tired'), instead of '*Tôi là mệt'*.

Nouns
Nouns in Vietnamese have no masculine/feminine or plural
forms. There are both one-word nouns and compound (two-
word) nouns.

One-Word Nouns
letter	*thư*
ink	*mực*

Two-Word Nouns
bank	*ngân hàng*
airport	*phi trường*

Personal Pronouns
Vietnamese pronouns vary depending on age, sex, social
position, level of intimacy, and close or distant relationships.
For example, there are many terms in Vietnamese that refer
to the pronoun 'you' in English:

ông	you (grandfather, Mr – formal)
bà	you (grandmother, Mrs – formal)
anh	you (older brother, Mr – friendly)
chị	you (older sister, Mrs – friendly)
cô	you (aunt, female teacher, unmarried woman)
em	you (younger sibling, either male or female)

The common pronouns in Vietnamese are:

Singular		**Plural**	
1st Person			
I	*tôi*	we	*chúng tôi*
		we all	*chúng ta*
2nd Person			
you	*ông*	you	*các ông*
you	*bà*	you	*các bà*
you	*anh*	you	*các anh*
you	*chị*	you	*các chị*
you	*cô*	you	*các cô*
you	*em*	you	*các em*
		ladies and gentlemen	*quí vị*
3rd Person			
he	*ông ấy*	they	*các ông ấy*
she	*bà ấy*	they	*các bà ấy*
he	*anh ấy*	they	*các anh ấy*
she	*chị ấy*	they	*các chị ấy*
she	*cô ấy*	they	*các cô ấy*
he/she	*em ấy*	they	*các em ấy*
		they, general	*họ*
it – young child or an animal	*nó*	they, plural of *nó*	*chúng nó*

Word Order

Nouns precede adjectives:

a fat cat	*con mèo mập*
	(cat fat)
a polite boy	*đứa bé lễ phép*
	(boy polite)

Nouns precede possessive adjectives. In Vietnamese, *của* means 'of'. It can be omitted. The examples below show that the first word is the classifier, the second word is the noun, the third word means 'of', and the last one is the possessive adjective.

my cat	*con mèo (của) tôi*
your cat	*con mèo (của) anh*
his cat	*con mèo (của) anh ấy*
her cat	*con mèo (của) cô ấy*
our cat	*con mèo (của) chúng tôi*
your cat	*con mèo (của) các anh*
their cat	*con mèo (của) họ*

Nouns precede demonstrative adjectives:

this ring	*chiếc nhẫn này*
	(ring this)
that window	*cái cửa sổ ấy*
	(window that)

Verbs

Unlike English verbs, Vietnamese verbs do not change their forms. They remain the same regardless of gender, person or tense.

to eat	*ăn*
rice	*cơm*
I eat rice every day.	*Tôi ăn cơm mỗi ngày.*
He eats rice every day.	*Cô ấy ăn cơm mỗi ngày.*
I ate rice yesterday.	*Tôi ăn cơm hôm qua.*

Tenses

Vietnamese has the following words to express tenses:

- *đang* – to convey a progressive meaning:

He drinks beer.	*Ông ấy uống bia.*
He is drinking beer.	*Ông ấy đang uống bia.*

- *đã* – to convey a past meaning:

I meet her.	*Tôi gặp cô ấy.*
I met her.	*Tôi đã gặp cô ấy.*

- *sẽ* – to convey a future meaning:

I sing.	*Tôi hát.*
I will sing.	*Tôi sẽ hát.*

- *sắp* – to convey a near future:

He leaves.	*Ông ấy đi.*
He is about to leave.	*Ông ấy sắp đi.*

Modals

Modal is a term used to modify the meaning of a verb, for example, can do, want to go, should sleep, etc. In Vietnamese, modals are always placed before verbs.

can: *có thể*

I can buy.	*Tôi có thể mua.*
I can't buy.	*Tôi không thể mua.*
Can I buy?	*Tôi có thể mua không?*

want: *muốn*

I want to go.	*Tôi muốn đi.*
I don't want to go.	*Tôi không muốn đi.*
Do I want to go?	*Tôi có muốn đi không?*

need: *cần*

I need to sleep.	*Tôi cần ngủ.*
I need not to sleep.	*Tôi không cần ngủ.*
Do I need to sleep?	*Tôi có cần ngủ không?*

must/have to: *phải*

You must go.	*Anh phải đi.*
You must not go.	*Anh không phải đi.*
Must you go?	*Anh có phải đi không?*

should/ought to: *nên*

You ought to be nice.	*Anh nên tử tế.*
You ought not to be nice.	*Anh không nên tử tế.*
Ought you to be nice?	*Anh có nên tử tế không?*

Commands

There are two ways to express a command in Vietnamese:

- Emphasis on the verb:
  Stand up!   *Đứng lên!*
- Adding the word *đi* to the end of the command:
  Sleep!   *Ngủ đi!*

Commands in the negative are formed by using the word *đừng*:

| Don't run! | *Đừng chạy!* |
| Don't be sad! | *Đừng buồn!* |

To Be
The equivalent to the verb 'to be' in Vietnamese is *là*. However, Vietnamese only uses *là* when it is followed by a noun:

| He is a doctor. | *Ông ấy là bác sĩ.* |
| | (he is doctor) |

With adjectives, the verb *là* is omitted:

| I am thirsty. | *Tôi khát.* |
| | (I thirsty) |

Prohibition
Vietnamese uses the word *cấm*, 'prohibition', to express a prohibited meaning:

| No smoking. | *Cấm hút thuốc!* |
| No littering. | *Cấm xả rác!* |

Questions with Question Words
Question words are always placed at the end of a question:

who	*ai*
Who did you meet?	*Anh đã gặp ai?*
which	*nào*
Which school?	*Trường nào?*
what	*gì*
What is this?	*Cái này là gì?*

where	*đâu*
Where do you go?	*Anh đi đâu?*
why	*sao/tại sao/vì sao*
Why do you say that?	*Tại sao anh nói thế?*
how	*bằng cách gì/làm sao*
How do you get here?	*Anh đến đây bằng cách gì?*
when	*lúc nào*
When did you arrive?	*Anh đến lúc nào?*

If *lúc nào* is placed before a question, it will convey a future meaning, for example: *Lúc nào anh đến?*, 'When will you arrive?'

Comparatives

The word *hơn* put after an adjective is normally used for comparisons:

Huế is smaller than Hà nội.	*Huế nhỏ hơn Hà nội.*
He is taller than me.	*Anh ấy cao hơn tôi.*

Superlatives

The word *nhất* following the adjective is used for superlative forms:

She is the richest in the family.	*Cô ấy giàu nhất nhà.*
This house is the tallest.	*Cái nhà này cao nhất.*

Classifiers

Classifiers are always placed after cardinal numbers and before nouns. They are used in the following cases: (1) when there is a notion of number, as in *Tôi có ba con mèo,* 'I have three cats'; (2) when it goes with a demonstrative adjective such as this, that, these, those, as in *Cái nhà này,* 'this house'; and (3) when there is a definite meaning, normally identified by an adjective, as in *Cái thước dài,* 'the long ruler', or a possessive adjective, as in *Con chó của tôi,* 'my dog'.

- For a person: *người*
  | a man | *người đàn ông* |
  | a woman | *người đàn bà* |
- For an animal: *con*
  | a cat | *con mèo* |
  | a dog | *con chó* |
- For an inanimate object: *cái*
  | a table | *cái bàn* |
  | a chair | *cái ghế* |
- For a tree or a plant: *cây*
  | an orange tree | *cây cam* |
  | a banana tree | *cây chuối* |
- For a fruit: *trái*
  | a mandarine | *trái quýt* |
  | a grape | *trái nho* |
- For a flower: *bông/hoa*
  | a rose | *hoa hồng* |
  | a carnation (flower) | *hoa cẩm chướng* |

Some Useful Words

about (approximately)	*khoảng*
above	*trên*
and	*và*
after	*sau*
at	*tại*
because	*vì/bởi vì*
before	*trước*
but	*nhưng*
far	*xa*
for (me)	*cho (tôi)*
from	*từ*
here	*ở đây*
if	*nếu*
in	*trong*
near	*gần*
or	*hay là*
out	*ngoài*
that/those	*cái này/những cái này*
there	*ở đó*
this/these	*cái này/những cái này*
to	*đến*
under	*dưới*
with	*với*

Making Your Own Sentences

I drink water.	*Tôi uống nước.*
He doesn't drink wine.	*Ông ấy không uống rượu chát.*
Do you drink beer?	*Anh có uống bia không?*

I am going now.	*Tôi sẽ đi bây giờ.*
He isn't going now.	*Ông ấy sẽ không đi bây giờ.*
Are you going now?	*Anh sẽ đi bây giờ, phải không?* (see 'Sentence Structures')
I am tired.	*Tôi mệt.* (see 'Sentence Structures')
He is not tired.	*Ông ấy không mệt.*
Are you tired?	*Anh có mệt không?*
The train leaves at 6 pm.	*Xe lửa rời lúc 6 giờ tối.*
The train doesn't leave at 6 pm.	*Xe lửa không rời lúc 6 giờ tối.*
Does the train leave at 6 pm?	*Xe lửa có rời lúc 6 giờ tối không?*
I am about to go.	*Tôi sắp đi.*
I want to go to the bank.	*Tôi muốn đi ngân hàng.*
I need to write a letter.	*Tôi cần viết một lá thư.*
I am hungry.	*Tôi đói.*
I am not well.	*Tôi không khỏe.*
I've missed the bus.	*Tôi vừa trễ xe buýt.*
This shirt is expensive.	*Cái áo này đắt.*
This hotel is very noisy	*Khách sạn này rất ồn.*
That street is dirty.	*Con đường kia dơ bẩn.*
Do buses run on this street?	*Xe buýt có chạy trên đường này không?*
Do you rent bicycles here?	*Ông có cho thuê xe đạp ở đây không?*
Can I take photographs here?	*Tôi có thể chụp hình ở đây được không?*

Greetings & Civilities

Greetings

Hello in Vietnamese is *chào*. If you say *chào* only, it is not very polite. So normally one has to add a personal pronoun to the word *chào*. To greet a person properly in Vietnamese, you should be familiar with at least the following:

- To a man you first meet, and formally, you say:
  Chào ông.   'Hello Mr.'
- To a lady you first meet, and formally, you say:
  Chào bà.   'Hello Mrs.'
- To a man you know, informally, you say:
  Chào anh.   'Hello older brother.'
- To a lady you know, informally, you say:
  Chào chị.   'Hello older sister.'
- To an unmarried woman or a female teacher, you say:
  Chào cô.   'Hello Miss.'
- To a younger person, either male or female, you say:
  Chào em.   'Hello younger sibling.'

For a list of personal pronouns and when to use them, see pages 12-13 of the Grammar chapter.

'Good morning', 'good afternoon' or 'good night' are phrases rarely used by the Vietnamese people. Instead, they normally use the following. This is used when the person you meet is doing something, and is a greeting, not an expression of curiosity:

What are you doing? *Anh đang làm gì đó?*
  (lit. you are doing what
  there?)

The following is used when the person you meet is going
somewhere:

Where are you going? *Anh đang đi đâu đó?*
  (lit. you are going where
  there?)

Goodbyes

Chào is also used for 'goodbye'. Again, you need to add a
personal pronoun to the word *chào*. Sometimes you have to
use a phrase, such as:

Goodbye, I must go now. *Chào anh, tôi phải đi bây*
  giờ. (lit. goodbye you, I
  must go now)
See you tomorrow. *Hẹn gặp lại bà ngày mai.*
  (to a woman) (lit. promise meet
  madam tomorrow)

When seeing someone off on a long trip, the Vietnamese say:

Have a safe trip. *Chúc ông đi bình yên.*
  (lit. wishing you go safely)

Civilities

Within family circles and among friends, the Vietnamese

normally don't say 'thank you' as much as Westerners. So when you do a favour for a Vietnamese and he or she does not say 'thank you' to you, don't be upset. They consider you as a member of their family or as their close friend.

The expression for 'thanks' is *Cám ơn*. More adequately, people may say 'thank you', *Cám ơn ông (bà/anh/chị/cô/em)*. A suitable response would be 'not at all', *Không có chi/gì* (literally: 'nothing').

Instead of saying 'thank you', the Vietnamese normally express their gratitude by an expression, such as:

You are very kind to me.   *Ông quá tử-tế đối với tôi.*
                                    (lit. you very kind to me)

If someone invites you to a dinner, before you leave her place, a polite response may be:

You have fed me a very   *Bà cho ăn ngon quá.*
    delicious meal.   (lit. madam give eat
                                delicious very)

Requests

When asking a question, to be polite, the Vietnamese normally use the expression '*Xin lỗi*, plus a personal pronoun', which means 'excuse me' at the beginning of the sentence.

Excuse me, where is the   *Xin lỗi ông, ngân hàng ở*
    bank?   *đâu?* (lit. excuse me,
                                 bank is where?)

Excuse me, where is the Rex Hotel?	*Xin lỗi ông, khách sạn Rex ở đâu?* (lit. excuse me, hotel Rex is where?)

Excuse me, *'xin lỗi* plus a personal pronoun', is used to squeeze past someone in a crowd or to make requests.

Xin mời, 'please invite', another polite form of request or invitation, is used to give an order or to ask someone to do something, such as:

Please enter!	*Xin mời ông vào.* (a formal request/invitation to a man)
Please sit down!	*Xin mời bà ngồi.* (a formal request/invitation to a woman)
Please let's go!	*Xin mời anh đi.* (a friendly request to a man)

Apologies

'*Xin lỗi* plus a personal pronoun' is used at the beginning of a sentence to make any apology.

I'm sorry for being late. *Xin lỗi cô, tôi đến trễ.* (to an unmarried lady – lit. excuse me, I come late)

A suitable response may be:

It doesn't matter. *Không có gì/chi.* (lit. nothing)

Forms of Address

The Vietnamese people only use the terms *ông*, 'Mr', and *bà* 'Mrs', when they address an elderly person or on first meeting a person. Once they have met someone many times, they have to change the form of address. They can call you *nội*, 'grandfather', if you are at the age of their grandparent, or *chú*, 'father's younger brother', if you are about the age of their father's younger brother. If you are younger than them, they will call you *em*, 'younger sibling'. The reason is that the Vietnamese people prefer to establish family relationships rather than to remain neutral or formal. After you have met a Vietnamese many times, if she or he still uses the formal form of address, it is an indication that there are some difficulties in your relationship.

The form of address in Vietnamese varies according to the addressee's social position and age. If you hold a position of importance, the Vietnamese people normally address you by your title, and only very close friends would use both your title and name.

Ông Giáo sư	Mr Professor
Bà Bác sĩ	Mrs Doctor
Ông Giám đốc	Mr Director
Bà Bộ trưởng	Mrs Minister

Names

The Vietnamese always place surnames, *họ*, before given names, *tên*. The most common surnames in Vietnam are *Nguyên*, *Le* and *Trần*. A surname does not have a meaning, but a given name does. Names normally embody some qualities, meant to inspire either the moral quality or the patriotic meaning that the parents would like to see in their children.

The people normally call each other by given names. Common given names for men include: *Dũng*, 'Courage'; *Hùng*, 'Strong'; *Lực*, 'Force', and *Công*, 'Work'. Some given names are only for females: *Nguyệt*, 'Moon'; *Tuyết*, 'Snow'; *Hương*, 'Perfume'; *Hồng*, 'Rose', and *Dung* (pronounced 'Dzung'), 'Demeanour'.

The Vietnamese may also have middle names. The middle name *Thị* is only used for females and the middle name *Văn* is only used for males.

Body Language

Shaking hands between a male and a female person is uncommon in Vietnam. However, being arm in arm with friends of the same sex is acceptable. Couples kissing each other are seen very rarely.

The sign of crossing two fingers together in front of a female person is considered very rude. It is also considered very impolite if a person uses finger signs to call a friend or an employee.

Small Talk

While you are travelling in Vietnam, you'll meet many Vietnamese who would like to greet you, particularly in remote areas, where people lead simpler lives and are hospitable to visitors. They are curious about foreigners, as many of them haven't met a foreign tourist previously. Most of them would like to understand Western people as well as their lifestyles. However, language is the major barrier preventing this. If you speak some Vietnamese with them, they will open their hearts to receive you – and you will have

crossed the first bridge to developing a deep understanding of this people and their land.

In Vietnam, asking a person you first meet personal questions such as age, employment, salary, and so on, is legitimate and common. One of the immediate benefits of this practice is to help the two parties to use the correct pronouns while engaging in conversation.

Meeting People

What is your name?	*Tên ông là gì?*
My name is ...	*Tên tôi là ...*
Pleased to meet you.	*Hân hạnh gặp ông.*

Nationalities

Where are you from?	*Ông từ đâu đến?*
I am from ...	*Tôi đến từ ...*
Africa	*Phi châu*
Australia	*Úc-đại-lợi*
Cambodia	*Miên*
Canada	*Ca-na-đa*
China	*Trung hoa*
Denmark	*Đan-mạch*
England	*Anh*
Europe	*Âu châu*
Finland	*Phần-lan*
France	*Pháp*
Germany	*Đức*
Holland	*Hà-lan*
India	*Ấn-độ*
Indonesia	*Nam-dương*
Ireland	*Ái-nhĩ-lan*

Israel	*Do-thái*
Italy	*Ý*
Japan	*Nhật*
Korea	*Triều-tiên*
Laos	*Lào*
Malaysia	*Mã-lai*
the Middle East	*Trung Đông*
Myanmar (Burma)	*Miến-điện*
New Zealand	*Tân Tây-lan*
Norway	*Na-uy*
Scotland	*Tô-cách-lan*
South America	*Nam Mỹ*
Spain	*Tây-ban-nha*
Sweden	*Thuỵ-điển*
Switzerland	*Thuỵ-sĩ*
Thailand	*Thái-lan*
the USA	*Hoa-kỳ*
Wales	*Xứ Wales*

Age

| How old are you? | *Ông bao nhiêu tuổi?* |

I am ... years old.	*Tôi ... tuổi.*
18	*mười tám*
25	*hai mươi lăm*

See the Numbers chapter, page 124, for your particular age.

Occupations

| What do you do (for a living)? | *Ông làm nghề gì?* |

What is your salary?	*Lương ông bao nhiêu?*
Do you enjoy your work?	*Ông có thích việc làm của ông không?*
Do you like working here?	*Ông có thích làm việc ở đây không?*
Do you like teaching?	*Ông có thích dạy học không?*

I am a/an ...	*Tôi là ...*
actor	*diễn viên*
artist	*nghệ sĩ*
business person	*thương gia*
doctor	*bác sĩ*
engineer	*kỹ sư*
factory worker	*công nhân hãng xưởng*
farmer	*nông dân*
journalist	*nhà báo*
lawyer	*luật sư*
manual worker	*nhân công*
mechanic	*thợ máy*
musician	*nhạc sĩ*
nurse	*y tá*
office worker/clerk	*nhân viên văn phòng*
painter	*họa sĩ*
poet	*thi sĩ*
scientist	*khoa học gia*
secretary	*thư ký*
student	*học sinh*
teacher	*giáo viên*
waiter	*người hầu bàn*
writer	*văn sĩ*

Religion

What is your religion?	*Ông theo đạo nào?*
I am ...	*Tôi theo ...*
Buddhist	*đạo Phật*
Catholic	*đạo Thiên chúa*
Christian	*đạo Tin lành*
Hindu	*đạo Ấn-độ*
Jewish	*đạo Do thái*
Muslim	*đạo Hồi giáo*
Taoist	*đạo Lão*
not religious	*không có đạo*

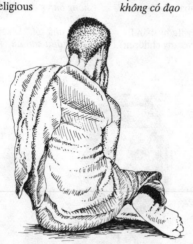

Family

Are you married?	*Ông đã có gia đình chưa?*
I am married.	
I am single.	*Tôi độc thân.*
How many children do you have?	*Ông có bao nhiêu con?*
I don't have any children.	*Tôi không có đứa con nào cả.*
I have a daughter/son.	*Tôi có một đứa con gái/trai.*
How many brothers/sisters do you have?	*Ông có bao nhiêu anh/chị em?*
Is your husband/wife here?	*Chồng bà/vợ ông có ở đây không?*
This is my wife/husband.	*Đây là nhà tôi.*
Do you have any children?	*Ông có đứa con nào không?*
No.	*Không.*
Yes, one.	*Vâng, một.*
Yes, two.	*Vâng, hai.*
Yes, three.	*Vâng, ba.*

I have a daughter.	*Tôi có một đứa con gái.*
I have a son.	*Tôi có một đứa con trai.*
How many brothers/sisters do you have?	*Ông có bao nhiêu anh chị em?*
I don't have any brothers or sisters.	*Tôi không có anh chị em.*
Do you have a boyfriend/ girlfriend?	*Ông có bạn trai/bạn gái không?*

Family Members

Vietnamese terms for kinship are very complicated, as there are separate titles for paternal and maternal sides, as well as for older and younger sisters, and older and younger brothers. Listed here are words for immediate family members.

aunt	*cô/dì*
older/younger brother	*anh/em*
children	*con*
daughter	*con gái*
family	*gia đình*
father	*cha*
father-in-law	*cha vợ/chồng*
grandfather	*ông nội/ngoại*
grandmother	*bà nội/ngoại*
husband	*chồng*
mother	*mẹ*
mother-in-law	*mẹ vợ/chồng*
older/younger sister	*chị/em*
son	*con trai*
uncle	*bác/chú*
wife	*vợ*

Expressing Feelings

I am ...	*Tôi ...*
angry	*giận*
cold	*lạnh*
grateful	*may mắn*
happy	*hạnh phúc*
hot	*nóng*
hungry	*đói bụng*
in a hurry	*gấp*
right	*đúng*
sad	*buồn*
sleepy	*buồn ngủ*
sorry (condolence)	*ân hận*
thirsty	*khát*
tired	*mệt*
well	*khỏe*
worried	*lo lắng*
wrong	*sai*

Language Difficulties

I don't speak …	*Tôi không nói …*
I speak a little …	*Tôi nói một ít …*
Do you speak English?	*Ông có nói tiếng Anh không?*
Do you understand?	*Ông có hiểu không?*
I understand.	*Tôi hiểu.*
I don't understand.	*Tôi không hiểu.*
Could you repeat that?	*Xin ông nhắc lại điều ấy?*
Could you speak more slowly please?	*Xin ông vui lòng nói chậm hơn?*
Please show me (in this book).	*Xin chỉ cho tôi (trong quyển sách này).*
I will look for it in this book.	*Tôi sẽ tìm trong quyển sách này.*
How do you say …?	*… ông gọi là gì?*
What does … mean?	*… nghĩa là gì?*
What does this mean?	*Cái này nghĩa là gì?*

Languages

I speak …	*Tôi nói …*
Arabic	*tiếng Á-rập*
Chinese	*tiếng Hoa*
English	*tiếng Anh*
French	*tiếng Pháp*
German	*tiếng Đức*
Greek	*tiếng Hy-lạp*
Italian	*tiếng Ý*
Japanese	*tiếng Nhật*
Russian	*tiếng Nga*
Spanish	*tiếng Tây-ban-nha*

Interests

What do you do in your spare time?	*Ông làm gì lúc rảnh?*
I like ...	*Tôi thích ...*
I don't like ...	*Tôi không thích ...*
Do you like ...?	*Ông có thích ... không?*
discos	*nhạc đít-cô*
films	*phim xi-nê*
going shopping	*đi chợ*
music	*âm nhạc*
playing games	*chơi các trò chơi*
playing sport	*chơi thể thao*
reading	*đọc sách*
travelling	*đi du lịch*
watching football	*xem bóng đá*
watching television	*xem truyền hình*

Some Useful Phrases

Lovely day!	*Ngày tuyệt vời!*
Beautiful, isn't it!	*Đẹp nhỉ!*
Interesting, isn't it!	*Hay nhỉ!*
Delicious, isn't it!	*Ngon nhỉ!*
What is this called?	*Cái này gọi là gì?*
Is it OK?	*Có được không?*
OK.	*Được.*
Sure.	*Dĩ nhiên.*
Maybe.	*Có thể.*
No problem.	*Không có gì/chi.*

Never mind, it doesn't matter.	*Bỏ đi, chẳng có sao đâu.*
Really?	*Thật sao?*
I know.	*Tôi biết.*
I don't know.	*Tôi không biết.*
Are you on holiday?	*Ông đang nghỉ hè phải không?*
Do you live here?	*Ông có ở đây không?*
Do you like it here?	*Ông có thích ở đây không?*
Yes, a lot.	*Vâng, rất thích.*
Are you sad?	*Ông có buồn không?*
Don't be sad!	*Đừng buồn!*
Please wait for me here!	*Xin đợi tôi ở đây!*
Don't smoke!	*Đừng hút thuốc!*
No littering!	*Cấm xả rác!*

Getting Around

Vietnam is a small country and there are only a few big cities. Even in those big cities, travelling from one place to another is not a major problem. The fares or costs of any type of transport in Vietnam, relatively speaking, are not expensive. If you are uncertain about fares, you can ask the people in your hotel to help you. Services are generally not as good as in Western countries, but are offered in a friendly manner.

Finding Your Way

Where is the ...?

... *ở đâu?*

  airport

phi trường

  bus station (central)

bến xe buýt

  bus stop

trạm xe buýt

  subway station

trạm xe điện ngầm

  ticket office

phòng bán vé

  train station

trạm xe lửa

What time does ... leave/
arrive?

Mấy giờ ... khởi hành/đến?

  the bus (city)

xe buýt (thành phố)

  the bus (intercity)

xe buýt (liên thành phố)

  the train

xe lửa

  the plane

máy bay

Directions

Where is ...?

... ở đâu?

How do I get to ...?

Làm sao tôi đến ...?

Could you tell me where
... is?

Xin ông cho biết ... ở đâu?

Is it far?

Có xa không?

Is it near here?

Có gần đây không?

Can I walk there?

*Tôi có thể đi bộ đến đó
được không?*

Can you show me
(on the map)?

*Ông có thể chỉ cho tôi (trên
bản đồ) được không?*

Are there other means of
getting there?

*Có cách nào khác đến đó
không?*

I want to go to the ...
  bus stop
  train station

Tôi muốn đi đến ...
  trạm xe buýt
  trạm xe lửa

Go straight ahead.
It's two blocks down.
Turn left ...
Turn right ...
  at the next corner
  at the traffic lights

Đi thẳng tới trước.
Hai dãy nhà phía dưới.
Quẹo trái ...
Quẹo phải ...
  ở ngã tư sắp tới
  ở nơi đèn lưu thông

behind	*phía sau*
far	*xa*
in front of	*đằng trước*
near	*gần*
opposite	*đối diện*

east	*đông*
west	*tây*
north	*bắc*
south	*nam*

Traffic Signs

Most traffic signs in Vietnam are similar to standard international signs. However, Vietnam does not have many signs and their size is smaller. Some signs are followed by words – the following are amongst the most common:

STOP	*NGỪNG*
RAILROAD	*XE LỬA*
PEDESTRIAN	*NGƯỜI ĐI BỘ*
CHILDREN	*TRẺ CON*
STUDENTS	*HỌC SINH*
HOSPITAL!	*BỆNH VIỆN!*
DANGER!	*NGUY HIỂM!*
HIGH VOLTAGE!	*ĐIỆN CAO THẾ!*
SLOW DOWN!	*CHẠY CHẬM LẠI!*

Buying Tickets

I want to go to ...	*Tôi muốn đi tới ...*
How much is it ...	*Giá bao nhiêu ...*
to go to ...?	*đi tới ...?*
to get in?	*để vào cửa?*
to get there?	*tới đó?*
for a day?	*một ngày?*
How much is ...?	*Giá bao nhiêu ...?*
a return fare	*vé khứ hồi*
a one-way ticket	*vé một chuyến*
the entrance fee	*tiền vào cửa*

I would like to book a seat to ...	*Tôi muốn giữ một chỗ đi ...*
I would like a one-way ticket.	*Tôi muốn một cái vé đi một lượt.*
I would like a return ticket.	*Tôi muốn một cái vé khứ hồi.*
Can I reserve a place?	*Tôi có thể giữ một chỗ được không?*
Is it completely full?	*Hết chỗ hẳn rồi phải không?*
Please refund my ticket.	*Xin trả lui tiền vé.*

Air

The best way to travel from Ho Chi Minh City to Hue (Central Vietnam) or to Hanoi (North Vietnam), is to go by plane. Vietnam Airlines is the government-owned company. There are two types of fare: a fare for the local people purchased in Vietnamese currency, dong, *(đồng)*, and another for those travellers who do not hold a Vietnamese identification card. This must be bought in US dollars (this applies also to the Vietnamese carrying foreign citizenship). Remember that while you are in Vietnam, buying things is done either in dong or in US currency.

Is there a flight to ...?	*Có chuyến máy bay đi ... không?*
When is the next flight to ...?	*Chuyến bay sắp tới đi ... lúc nào?*
How long does the flight take?	*Chuyến bay phải mất bao lâu?*

airport tax	*thuế phi trường*
boarding pass	*thẻ lên máy bay*
customs	*quan thuế*
aeroplane	*máy bay*

Bus

To travel from one place to another, within a city, one normally uses a pedicab. If you wish to take a tour out of the city or to a neighbouring province, you can ask your hotel to arrange a tourist bus or a car for you. The costs are not very expensive. The system of public buses in Vietnam is old and not always the best way to travel.

| bus | *xe buýt* |
| long-distance bus | *xe buýt đi đường xa* |

Does this bus go to ...?	*Chiếc xe buýt này có đi đến ... không?*
Which bus goes to ...?	*Chiếc xe buýt nào đi đến ...?*
Do the buses pass frequently?	*Xe buýt có đi qua thường không?*
Could you let me know when we get to ...?	*Xin cho tôi biết lúc nào thì chúng tôi đến ...?*
I want to get off!	*Tôi muốn xuống xe!*

What time is the ... bus?	*Mấy giờ thì có xe buýt ...?*
next	*sắp tới*
first	*đầu tiên*
last	*sau cùng*

Train

The trains in Vietnam are very old, but it is enjoyable to go by train because you are able to see more of the country and the people of Vietnam. There are two types of train: the express, *Tàu thống nhất*, and the local, *Tàu chợ*. If you decide to go by train, buy a sleeper ticket. This ensures a separate place for you to sit and to sleep. A seat ticket is cheap but can be inconvenient as the trains are normally very crowded.

Is it an express train?	*Có phải là xe lửa tốc hành không?*
I'd like a sleeper ticket.	*Tôi muốn một vé toa nằm.*
What is this station called?	*Trạm xe lửa này gọi là gì?*
What is the next station?	*Trạm xe lửa sắp tới là gì?*

dining car	*toa bán đồ ăn*
express (train)	*tốc hành (xe lửa)*
local (train)	*địa phương (xe lửa)*
railway station	*ga xe lửa*
sleeping car	*toa ngủ*
train	*xe lửa*

Taxi & Pedicab

There are few taxis in Vietnam today, but it is possible to hire a car with a driver. These cars are good and most drivers speak some English.

Can you take me to ...?	*Ông có thể đưa tôi đến ... được không?*

How much does it cost to go to ...?	*Giá bao nhiêu đi đến ...?*
For two people?	*Cho hai người?*
It's too much!	*Quá nhiều!*
Does that include the luggage?	*Có gồm cả hành lý không?*
How much will it cost?	*Giá bao nhiêu?*
I want a taxi to the airport.	*Tôi cần một chiếc tắc-xi đi phi trường.*

Instructions

Here is fine, thankyou.	*Đây rồi, cám ơn.*
The next corner, please.	*Xin đến ngã tư kế.*
Continue!	*Tiếp tục!*
The next street to the left.	*Đường kế quẹo trái.*
Stop here!	*Ngừng ở đây!*
Please slow down.	*Xin chậm lại.*
Please hurry.	*Xin nhanh lên.*
Please wait here.	*Xin đợi ở đây.*

Car

A system of car rental does exist in Vietnam. Even though it exists, it's inadvisable to rent a car, unless you are familiar with the current situation in Vietnam and can speak fluent Vietnamese. However, cities in Vietnam are comparatively small and if you want to visit some places in the city, you can use a pedicab, *xe xích-lô*. These can normally be found in front of each hotel. You can either bargain the fare yourself or, to avoid any difficulties you might face, you can ask the people in your hotel to arrange it for you. The costs are a few dollars for half a day.

Where can I rent a car?	*Tôi có thể thuê xe ở đâu?*
How much is it ...?	*... giá bao nhiêu?*
daily	*hàng ngày*
weekly	*hàng tuần*
Does that include insurance?	*Có gồm cả bảo hiểm không?*
Where's the next petrol station?	*Trạm xăng sắp tới ở đâu?*
Please fill the tank.	*Xin đổ đầy bình.*
I want ... litres of petrol (gas).	*Tôi cần ... lít xăng.*
Please check the oil and water.	*Xin kiểm tra dầu và nước.*
How long can I park here?	*Tôi có thể đậu xe ở đây bao lâu?*
Does this road lead to ...?	*Con đường này có chạy tới ...?*

Problems

The battery is flat.	*Bình điện đã hết.*
The radiator is leaking.	*Bình nước bị chảy.*
I have a flat tyre.	*Tôi có một cái bánh xe xẹp.*
It's overheating.	*Xe bị quá nóng.*
It's not working.	*Xe không chạy.*

Signs

GIVE WAY	*NHƯỜNG*
NO ENTRY	*CẤM VÀO*
NO PARKING	*CẤM ĐẬU*
ONE WAY	*MỘT CHIỀU*
STOP	*NGỪNG*

Some Useful Words

air (for tyres)	*hơi (cho ruột bánh xe)*
battery	*bình điện*
brakes	*thắng*
clutch	*bộ khớp*
driver's licence	*bằng lái xe*
engine	*máy*
lights	*đèn*
mechanic	*thợ máy*
oil	*dầu*
puncture	*lỗ thủng*
radiator	*bình nước*
road map	*bản đồ đường*
tyres	*bánh xe*
windscreen	*kiếng gió*

Boat

There are a few places in Vietnam, such as the Mekong Delta (southern Vietnam), where you can use a boat for a sightseeing tour or to explore the villages. Popular areas where boats for sightseeing tours can be rented are: Hue, the former capital of Vietnam during the Nguyen's dynasties, for travelling along the Perfume River; Hanoi, for travelling around the West Lake; and Halong Bay, one of the most beautiful bays in the world, for enjoying the beauty and the calm of nature in this northern part of Vietnam. The costs of a boat tour vary from one place to another, but generally are not very expensive.

boat	*thuyền*
cabin	*buồng máy*
dock	*bến tàu*

Some Useful Phrases

The (train) is delayed/ cancelled/on time.	*Xe lửa bị trễ/hủy/đúng giờ.*
How long will it be delayed?	*Xe lửa bị trễ bao lâu?*
Do I need to change?	*Tôi có cần đổi xe lửa không?*
You must change trains/buses/platform.	*Ông phải đổi xe lửa/xe buýt/sân ga.*
How long does the trip take?	*Hành trình mất bao lâu?*
Is it a direct route?	*Tuyến đường đi thẳng phải không?*
Is that seat taken?	*Cái chỗ kia đã có ai chiếm chưa?*

I want to get off at ...	*Tôi muốn xuống ở ...*
Excuse me.	*Xin lỗi.*
Where can I hire a bicycle?	*Tôi có thể thuê xe đạp ở*
	đâu?
Where is the restroom?	*Phòng vệ sinh ở đâu?*

Paperwork

address	*địa chỉ*
age	*tuổi*
birth certificate	*giấy khai sinh*
border	*biên giới*
customs	*thuế quan*
date of birth	*ngày sinh*
driver's licence	*bằng lái xe*
identification	*chứng minh thư*
immigration	*di trú*
internal travel permit	*giấy phép đi lại trong nước*
itinerary	*lộ trình*
letter of recommendation	*thư hỗ trợ*
marital status	*tình trạng gia đình*
name	*tên*
nationality	*quốc tịch*
passport	*hộ chiếu*
passport number	*số hộ chiếu*
place of birth	*nơi sinh*
port of arrival/departure	*cửa vào/ra*
profession	*nghề nghiệp*
reason for travel	*lý do đi du lịch*
registration	*đăng ký*
religion	*tôn giáo*

sex (gender)	*phái*
tour	*chuyến*
tourist card	*thẻ du lịch*
visa	*thị thực*
business	*doanh thương*
extension	*gia hạn*
family	*gia đình*
journalist	*nhà báo*
tourist	*du khách*

Signs

DANGER	*NGUY HIỂM*
ENTRANCE	*LỐI VÀO*
EXIT	*LỐI RA*
NO PHOTOGRAPHS!	*CẤM CHỤP HÌNH!*
NO SMOKING!	*CẤM HÚT THUỐC!*
STOP!	*NGỪNG!*

Some Useful Words

above	*trên*
address	*địa chỉ*
around here	*chung quanh đây*
arrival	*đến*
below	*dưới*
bicycle	*xe đạp*
bus stop	*chỗ xe buýt ngừng*
cancel	*huỷ*
confirm	*xác nhận*

departure	*khởi hành*
deposit	*tiền đặt cọc*
early	*sớm*
far	*xa*
fastest route	*tuyến đường nhanh nhất*
first class	*hạng nhất*
map	*bản đồ*
near	*gần*
nonsmoking	*không hút thuốc*
one-way (ticket)	*(vé) một chiều*
over there	*đằng kia*
return (ticket)	*(vé) khứ hồi*
seat	*chỗ ngồi*
second class	*hạng nhì*
short route	*tuyến đường ngắn*
smoking	*hút thuốc*
ticket	*vé*
timetable	*thời biểu*
to the side	*một bên*
Wait!	*Đợi!*

Accommodation

At the time of writing this book there are two categories of accommodation available in Vietnam. The first one is owned by the government. The second, privately owned, consists of hotels and guesthouses, with prices ranging from expensive to cheap. Accommodation can be found more easily in Ho Chi Minh City than in other cities and it often needs to be booked prior to your arrival, especially during the peak season (from December to March) when the overseas Vietnamese return home to celebrate *Tet*, the Vietnamese New Year.

As with airfares, there are two rates applicable in the same place of accommodation. One is for foreign tourists, including overseas Vietnamese, who have to pay in US dollars and the other is for the Vietnamese who pay in dong.

Services in Vietnamese hotels are not of international standard. However, they are friendly and cheap. You can ask, through the hotel, for a local person to be your guide for the whole day, for a few dollars. Laundries are extremely cheap – less than a dollar for a shirt and trousers. Tips are not compulsory, but very much appreciated. If you stay a week in one place, you should leave a few dollars in the room before checking out, and again for the people working at the reception desk.

Finding Accommodation

Where is ...?	*... ở đâu?*
the camping ground	*khu cắm trại*
a guesthouse	*nhà khách*
a hotel	*khách sạn*
a youth hostel	*nhà trọ thanh niên*

I am looking for ...	*Tôi đang kiếm ...*
a cheap hotel	*một khách sạn rẻ tiền*
a clean hotel	*một khách sạn sạch sẽ*
a good hotel	*một khách sạn tốt*
a nearby hotel	*một khách sạn gần đây*

What is the address?	*Địa chỉ như thế nào?*
Could you write down the address please?	*Xin ông vui lòng viết ra địa chỉ?*

At the Hotel
Checking In

Do you have any rooms available?	*Ông có phòng nào trống không?*

I would like ...	*Tôi muốn ...*
a single room	*một phòng chiếc*
a double room	*một phòng đôi*
a room with a private bathroom	*một phòng có buồng tắm riêng*
a room with a shared bathroom	*một phòng có phòng tắm chung*
to share a dorm	*chia một phòng ngủ*
a bed	*một giường*

I want a room with a ...	*Tôi muốn một phòng có ...*
bathroom	*buồng tắm*
shower	*vòi tắm*
television	*máy truyền hình*
window	*cửa sổ*
How much is it per night/per person?	*Bao nhiêu mỗi đêm/mỗi người?*
Can I see the room?	*Tôi có thể xem phòng được không?*
Are there any others?	*Có phòng nào khác không?*
Are there any cheaper rooms?	*Có phòng nào rẻ hơn không?*
Can I see your price list?	*Tôi có thể xem bảng giá được không?*
Is there a discount for students?	*Có bớt cho học sinh không?*
Do you allow children?	*Ông có nhận trẻ con ở không?*
Is there a discount for children?	*Có bớt cho trẻ con không?*
Does it include breakfast?	*Có bao ăn sáng không?*
It's fine, I'll take it.	*Được, tôi sẽ nhận.*
Can I have a receipt?	*Tôi có thể có biên lai được không?*
Can I have my passport back?	*Tôi có thể nhận lại sổ hộ chiếu của tôi được không?*
I'm going to stay for ...	*Tôi sẽ ở lại ...*
one day	*một ngày*
two days	*hai ngày*
one week	*một tuần*

I'm not sure how long I'm staying.	*Tôi không chắc tôi sẽ ở lại bao lâu.*
Is there a lift (elevator)?	*Có thang máy không?*
Where is the bathroom?	*Có phòng tắm không?*
Is there hot water all day?	*Có nước nóng suốt ngày không?*
Could you store this/these for me?	*Ông có thể cất thứ này/những thứ này cho tôi được không?*
Do you have a safe where I can leave my valuables?	*Ông có tủ sắt để cất các đồ quý không?*
Do I leave my key at reception?	*Tôi có phải để chìa khóa lại ở phòng tiếp khách không?*
Is there somewhere to wash clothes?	*Có chỗ nào để giặt áo quần không?*
Can I use the kitchen?	*Tôi có thể sử dụng bếp được không?*
Could I use the telephone?	*Tôi có thể sử dụng điện thoại được không?*
Could someone look after my child?	*Ai có thể trông nom con tôi được không?*
Please wake me up at ... tomorrow.	*Xin thức tôi dậy lúc ... ngày mai.*
The room needs to be cleaned.	*Phòng cần quét dọn.*
Please change the sheets.	*Xin thay ra giường.*
I'd like to pay now.	*Tôi muốn trả tiền bây giờ.*

first name	*tên*
surname	*họ*
room number	*số phòng*

Requests & Complaints

Excuse me, something's the matter.	*Xin lỗi, có vấn đề.*
I have a request.	*Tôi có lời yêu cầu.*
I can't open the door/window.	*Tôi không mở được cửa/cửa sổ.*
I can't close the door/window.	*Tôi không đóng được cửa/cửa sổ.*
I've locked myself out of my room.	*Tôi vừa tự khóa không vào phòng được.*
The toilet won't flush.	*Cầu vệ sinh không thoát nước.*
The ... doesn't work.	*... không hoạt động.*
Can you get it fixed?	*Ông có thể cho sửa được không?*
I don't like this room.	*Tôi không thích phòng này.*
It's too small.	*Phòng quá chật.*
It's too cold/hot.	*Phòng quá lạnh/nóng.*
It's noisy.	*Phòng ồn.*
It's too dark.	*Phòng quá tối.*
It's expensive.	*Phòng đắt.*
It smells.	*Phòng có mùi hôi.*

Checking Out

I would like to pay the bill.	*Tôi muốn trả tiền.*
Can I leave my luggage here?	*Tôi có thể gởi hành lý lại đây được không?*

I would like to check out ...	Tôi muốn trả phòng ...
now	bây giờ
at noon	trưa
tomorrow	ngày mai

I'm returning ...	Tôi sẽ trở lại ...
tomorrow	ngày mai
in a few days	trong vài ngày

Some Useful Words

address	địa chỉ
air-conditioned	có điều hòa không khí
babysitter	người giữ trẻ
balcony	ban-công
bassinet	xe đẩy con nít
bathroom	phòng tắm
bed	giường
bill	hóa đơn
blanket	mền/chăn
candle	đèn sáp
chair	ghế
clean	sạch sẽ

cold	*lạnh*
comb	*cái lược*
cot	*giường nhỏ*
cupboard	*tủ đựng đồ*
dark	*tối*
dirty	*dơ*
double bed	*giường đôi*
dressing table	*bàn phấn*
electricity	*điện*
excluded	*không kể*
fan	*quạt*
hot	*nóng*
included	*bao gồm*
key	*chìa khóa*
lift (elevator)	*thang máy*
light bulb	*bóng đèn*
lock (n)	*ổ khóa*
mattress	*nệm*
mirror	*kiếng*
padlock	*khóa móc*
pillow	*gối*
pillowcase	*áo gối*
quiet	*yên lặng*
room	*phòng*
sheet	*ra giường*
shower	*vòi tắm*
sleeping bag	*túi ngủ*
soap	*xà phòng*
suitcase	*va-li xách tay*
swimming pool	*hồ bơi*
table	*cái bàn*

toilet	*phòng vệ sinh*
toilet paper	*giấy vệ sinh*
towel	*khăn tắm*
wall	*tường*
water	*nước*
cold water	*nước lạnh*
hot water	*nước nóng*
window	*cửa sổ*

Around Town

Today there is a clear contrast between the cities in the north and south of Vietnam. Hanoi and Haiphong are the two biggest cities in the north. Some of their newest buildings were constructed over fifty years ago during the French colonial period, and their streets, shaded with lines of trees, retain the air of a French provincial town. In the south there is a larger number of more modern buildings, and streets are more crowded with cars and bicycles. There are also many more restaurants and establishments for tourists' entertainment here than anywhere else in the country. Generally speaking, the pace of life in Vietnam is still comparatively slow. Traffic is not heavy even though it is noisy and disorderly. Unfortunately, social problems such as drugs, prostitutes and thieves are increasing in some big cities; however, they are still safe places for foreign tourists. The worst face of Vietnam nowadays, which you can see everywhere, is poverty.

The best method for getting around is to rent a bicycle or to take a pedicab. With a bike or a pedicab you can see more, and more cheaply. Since 1990, tourists have been allowed to go anywhere they wish within a city. However, if you go outside the cities listed in your visa, you need to have a permit which can be arranged by a tourist office or the desk staff of your hotel. This can be done in a day or so, although there may be times when you'll have to give them a few days' notice to ensure that the permit is issued by the time you need it.

I'm looking for ...	*Tôi đang tìm ...*
the art gallery	*phòng triển lãm*
a bank	*ngân hàng*
a church	*nhà thờ*
the city centre	*trung tâm thành phố*
the ... embassy	*tòa đại sứ ...*
my hotel	*khách sạn của tôi*
the market	*chợ*
the museum	*viện bảo tàng*
the police	*cảnh sát*
the post office	*bưu điện*
a public toilet	*nhà vệ sinh công cộng*
a restaurant	*tiệm ăn*
the telephone centre	*trung tâm điện thoại*
the tourist information office	*phòng hướng dẫn du lịch*

What time does it open?	*Mấy giờ thì mở cửa?*
What time does it close?	*Mấy giờ thì đóng cửa?*

What ... is this?	*... này là gì?*
street	*con đường*
street number	*số con đường*
suburb	*khu phố*

For directions, see the Getting Around chapter, pages 40-42.

At the Bank

In Vietnam today, the following bills have to be paid in US dollars: hotel, international telephone and hire of a car. The rest can be paid in dong. The official rate and the black market exchange are not much different, although be aware that black market transactions are illegal. If you have US money, you can change it legally at the bank, through authorised exchange bureaus or at hotel reception desks. Remember that for around US$100 you will receive over one million dong, a lot to carry; so don't change too much at one time.

Only a few banks accept travellers' cheques, and then only in US dollars. Very few credit cards are accepted in Vietnam and only in some places, such as in the big cities, are people familiar with the credit card system.

I want to exchange some money.	*Tôi muốn đổi một ít tiền.*
I want to change travellers' cheques.	*Tôi muốn đổi chi phiếu du lịch.*
What is the exchange rate?	*Giá đổi là bao nhiêu?*
How many dong per dollar?	*Bao nhiêu đồng một đô-la?*
Can I have money transferred here from my bank?	*Tôi có thể lấy tiền chuyển từ ngân hàng của tôi đến đây được không?*
How long will it take to arrive?	*Bao lâu thì tiền đến?*
I'm expecting some money from ...	*Tôi đang đợi một ít tiền từ ...*
Has my money arrived yet?	*Tiền của tôi đã đến chưa?*

Some Useful Words & Phrases

bankdraft	*chi phiếu ngân hàng*
bank notes	*giấy bạc*

the black market	chợ đen
cashier	thủ quỹ
coins	tiền lẻ
credit card	thẻ tín dụng
exchange	hối đoái
loose change	đổi tự do
money exchange houses	sở hối đoái
signature	chữ ký
travellers' cheques	chi phiếu du lịch

At the Post Office

I would like to send ...	Tôi muốn gởi ...
a letter	một lá thư
a postcard	tấm thiệp
a parcel	bưu kiện
a telegram	điện tín

I would like some stamps.	Tôi muốn mua một ít tem.
How much is the postage?	Tiền gởi bao nhiêu?
How much does it cost to send ... to ...?	Giá bao nhiêu để gởi ... đến ...?

Some Useful Words

aerogram	giấy bì thư gởi máy bay
air mail	gởi máy bay
envelope	bì thư
mailbox	thùng thư
parcel	bưu kiện
registered mail	thư bảo đảm
stamp	tem
surface mail	thư thường

Telephone

The telephone system in Vietnam today is quite efficient. For local calls you can dial directly. If you want to call another Vietnamese city, you need to go through an operator, and sometimes it takes hours to get through.

I want to call ...	*Tôi muốn gọi ...*
The number is ...	*Số là ...*
I want to speak for three minutes.	*Tôi muốn nói trong ba phút.*
How much does a three-minute call cost?	*Giá nói ba phút là bao nhiêu?*
How much does each extra minute cost?	*Giá bao nhiêu mỗi phút thêm sau đó?*
I want to make a reverse-charges phone call.	*Tôi muốn gọi điện thoại bên kia trả.*
I would like to speak to ...	*Tôi muốn nói chuyện với ...*
Hello, do you speak English?	*He-lo, ông (bà/cô) có nói được tiếng Anh không?*
Hello, is ... there?	*He-lo, có phải ... đó không?*
Yes, he/she is here.	*Vâng, ông ấy/bà ấy ở đây.*
One moment, please.	*Xin chờ cho một phút.*
It's engaged.	*Điện thoại bận.*
Operator, I've been cut off.	*Tổng đài, điện thoại vừa bị cắt.*

Some Useful Words & Phrases

engaged	*bận*
operator	*tổng đài*
person-to-person	*gọi chỉ định người*
public telephone	*điện thoại công cộng*

reverse-charges	*phía bên kia trả*
telephone	*điện thoại*
telephone booth	*hộp điện thoại*
telephone card	*thẻ điện thoại*
to make a telephone call	*gọi điện thoại*

Sightseeing

Where is the tourist office?	*Phòng du lịch ở đâu?*
What are these/those ruins?	*Những tàn tích này/kia là gì?*
How old is it?	*Xây bao lâu rồi?*
Who lived there?	*Ai sống ở đấy?*
Do you have a local map?	*Ông (bà) có bản đồ địa phương không?*
Can I take photographs?	*Tôi có thể chụp hình được không?*
Can I take your photograph?	*Tôi có thể chụp hình Ông (bà) được không?*
I will send you the photograph.	*Tôi sẽ gởi hình đến ông (bà).*
Could you take a photograph of me?	*Ông (bà) có thể chụp cho tôi một tấm hình được không?*
What's ...?	*... là gì?*
this/that building	*tòa nhà này/kia*
this/that monument	*công trình này/kia*
Who was ...?	*Ai là ...?*
the architect	*kiến trúc sư*
the artist	*họa sĩ*

Some Useful Words

ancient	*cũ/xưa*
archaeological	*khảo cổ*
beach	*bờ biển*
botanical garden	*vườn bách thảo*
building	*tòa nhà*

castle	*lâu đài*
cathedral	*nhà thờ lớn*
church	*nhà thờ*
institute	*viện*
kiosk	*quầy hàng*
market	*chợ*
monastery	*tu viện*
monument	*công trình*
mosque	*nhà thờ Hồi giáo*
museum	*bảo tàng viện*
old city	*thành phố cũ*
pagoda	*chùa*
palace	*cung/điện/dinh*
park	*công viên*
post office	*bưu điện*
ruins	*tàn tích, đổ nát*
statues	*bức tượng*
synagogue	*giáo đường Do thái*
telephone booth	*phòng điện thoại*
temple	*đền, miếu*
theatre	*rạp hát*
university	*đại học*
zoo	*sở thú*

Night Life

What is there to do in the evenings?	*Buổi tối có gì ở đấy?*
Are there any discos?	*Có nhạc đít-cô không?*
Are there places where you can hear local music?	*Có chỗ nào để nghe nhạc địa phương không?*

How much does it cost to get in?	*Giá vào cửa bao nhiêu?*

I would like to see ...   *Tôi muốn xem ...*
- local theatre   *kịch địa phương*
- innovative theatre   *cải lương*
- traditional dance   *vũ cổ truyền*

I would like to visit ...   *Tôi muốn đi thăm ...*
- Hue city at night   *thành phố Huế ban đêm*
- Western Lake at night   *Hồ Tây ban đêm*
- Ha Long Bay   *Vịnh Hạ Long*
- Perfume River   *Sông Hương*
- One-pillar Pagoda   *Chùa Một Cột*

Some Useful Words

cinema	*chiếu bóng*
concert	*hòa nhạc*
nightclub/discotheque	*hộp đêm/nhạc đít-cô*
stadium	*sân vận động*
tennis court	*sân quần vợt*
theatre	*rạp hát*

In the Country

In the last few years Vietnam has opened its doors to visitors. Foreign tourists can visit almost any place they wish to. From Ho Chi Minh City, you can hire a car or a minibus to go to Dalat and spend a few days there. Dalat is the best known resort city in south Vietnam, and is about 300 km north-east of Ho Chi Minh City. If you want to swim, you can make a trip to Vung Tau, the famous beach resort 125 km north-east of Ho Chi Minh City. If you want to see the real life of the southerners, you have to move westward to the Mekong delta. While in the Mekong delta, you can hire a boat to travel from village to village and meet the local people, who you will find very friendly and hospitable. You are often offered coconut milk to drink in this area.

If you want to see the people of different areas, take a train from Ho Chi Minh City to Hanoi. You can break your journey at a number of cities. For example, your first stop could be in Nha Trang, a beautiful and calm beach city in central Vietnam, 500 km north of Ho Chi Minh City. If you continue your journey, the next stop could be at Danang, the second largest city of South Vietnam during the Vietnam war. Your next stop might be in Hue, the former capital of Vietnam during the Nguyen dynasty, where it's worthwhile staying a few days to visit Buddhist temples, imperial tombs and maybe take a tour along the famous Perfume River.

From Hanoi you can take different trips to see the Vietnamese people in the northern provinces, or to see the tribal people in the northern highlands. One not-to-be-missed trip is to Ha Long Bay, one of the most beautiful bays in the world.

Weather

What's the weather like?	*Thời tiết như thế nào?*
The weather is ... today.	*Thời tiết ... hôm nay.*
Will it be ... tomorrow?	*Thời tiết sẽ ... ngày mai?*
cold	*lạnh*
cloudy	*có mây*
hot	*nóng*
very hot!	*rất nóng!*
humid	*ẩm ướt*
raining	*mưa*
snowing	*đổ tuyết*
windy	*gió*

Some Useful Words

cloud	*mây*
dry season	*mùa khô*
earth	*đất*
fog	*mù*
frost	*sương*
mud	*bùn*
rain	*mưa*
the rainy season	*mùa mưa*
snow	*tuyết*
storm	*bão*
sun	*mặt trời*
thunderstorm	*mưa giông*
weather	*thời tiết*
wind	*gió*

Geographical Terms

agriculture	*canh nông*
beach	*bãi biển*
bridge	*cầu*
cave	*động*
city	*thành phố*
compass	*la bàn*
desert	*sa mạc*
earth	*trái đất*
earthquake	*động đất*
farm	*nông trại*
forest	*rừng*
grassy plains	*cánh đồng cỏ*
harbour	*hải cảng*

high plateau	*cao nguyên*
hill	*đồi*
hot spring	*suối nước nóng*
island	*đảo*
jungle	*rừng*
lake	*hồ*
landslide	*sườn núi*
map	*bản đồ*
mountain	*núi*
mountain range	*dãy núi*
national park	*công viên quốc gia*
ocean	*đại dương*
pond	*ao*
ricefield	*ruộng lúa*
river	*sông*
scenery	*phong cảnh*
valley	*thung lũng*
village	*làng*
waterfall	*thác nước*

Animals

bear	*gấu*
camel	*lạc đà*
cat	*mèo*
cow	*bò*
crocodile	*cá sấu*
deer	*nai*
dog	*chó*
domestic animal	*gia súc*
donkey	*con lừa*

elephant	*voi*
fish	*cá*
frog	*nhái*
goat	*dê*
goose	*ngỗng*
horse	*ngựa*
leopard	*báo*
lizard	*thằn lằn*
monkey	*khỉ*
ox	*bò đực*

pig	*heo*
sheep	*cừu*
snake	*rắn*
spider	*nhện*
squirrel	*sóc*
tiger	*cọp*
toad	*cóc*
turtle	*rùa*
wild animal	*thú hoang*

Birds

bird	*chim*
buzzard	*chim ó*
chicken	*gà*
duck	*vịt*
hawk	*chim diều hâu*
oriole	*chim hoàng anh*
peacock	*công*
pheasant	*gà lôi*
phoenix	*chim phượng hoàng*
pigeon	*chim bồ câu*

rooster	*gà trống*
sparrow	*chim sẻ*
swallow	*chim én*

Insects

ant	*kiến*
butterfly	*bươm bướm*
cockroach	*gián*
fly	*ruồi*
leech	*đỉa*
lice	*rận*
mosquito	*muỗi*

Plants

cactus	*cây xương rồng*
carnation	*cây cẩm chướng*
chrysanthemum	*cây hoa cúc*
coffee bushes	*cây cà-phê*
firewood	*củi*
flower	*hoa*
leaf	*lá*
lily	*cây huệ*
orchid	*cây phong lan*
palm tree	*cây cọ*
stick	*cây gậy*
sugar cane	*cây mía*

tree	*cây*
vegetation	*cây cối*
wood	*gỗ*

Camping

Am I allowed to camp here?	*Tôi có được phép cắm trại ở đây không?*
Is there a campsite nearby?	*Có chỗ cắm trại ở gần đây không?*
I want to hire a tent.	*Tôi muốn thuê một cái lều vải.*
It is waterproof?	*Không thấm nước phải không.*

backpack	*cái ba lô*
can opener	*cái mở hộp*
compass	*cái la bàn*
crampons	*cái móc sắt*
firewood	*củi*
gas cartridge	*bình ga*
hammock	*cái võng*
ice axe	*rìu phá băng*
mattress	*cái nệm*
penknife	*dao nhíp*
rope	*sợi thừng*
tent	*cái lều vải*
tent pegs	*cái cộc lều*
torch (flashlight)	*đèn pin*
sleeping bag	*túi ngủ*
stove	*lò nướng*
water bottle	*chai nước*

Some Useful Phrases

Can I get there on foot/on horseback?	*Tôi có thể đi bộ/đi bằng ngựa đến đấy được không?*
Do I need a guide?	*Tôi có cần người hướng dẫn không?*
Can one swim here?	*Người ta có thể bơi ở đây được không?*
What's that animal called?	*Con vật ấy gọi là gì?*
What's that plant called?	*Cây ấy gọi là gì?*

Is there a ... near here? *Có ... gần đây không?*
  church *nhà thờ*
  hospital *bệnh viện*
  post-office *bưu điện*

Where is the ...? *... ở đâu?*
  beach *bãi biển*
  library *thư viện*
  swimming pool *hồ bơi*
  theatre *rạp hát*
  toilet *nhà vệ sinh*
  well *cái giếng*

Food

Westerners are becoming more and more familiar with Vietnamese food. It is considered to contain less fat than many other styles of cuisine, and to be easy to digest. In comparison with other cuisines, Vietnamese dishes are not too expensive. If you find the right place, you need only spend a few dollars a day for food. It's even cheaper in the smaller provinces.

Seafood is the daily dish of the Vietnamese people. However, pork is also popular, whereas chicken is the most expensive meat which, for the majority of the Vietnamese people, is served only on special occasions. If you are served chicken, it means that you are a special guest.

Vietnam has three main regions, each with its specialities. In the south, *hủ tiểu* (seafood noodles) is the most popular, while in central Vietnam, *bún bò Huế* (Beef noodles Hue style) is the most famous. In the north, *phở* (beef or chicken noodles) is considered to be the speciality. But these three dishes can be found anywhere in Vietnam.

restaurant	*tiệm ăn*
cheap restaurant	*tiệm ăn rẻ tiền*
food stall	*dãy thực phẩm*
grocery store/delicatessen	*tiệm tạp hóa*
steak house	*tiệm bán thịt bò bíp-tét*
breakfast	*bữa ăn sáng*
lunch	*bữa ăn trưa*
dinner	*bữa ăn tối*
to eat	*ăn*
to drink	*uống*

At the Restaurant

set menu	*chọn thức đơn*
Table for ... persons, please.	*Xin cho một bàn ... người.*
Waiter!	*Anh hầu bàn!/Cô hầu bàn!*
Can I see the menu please?	*Xin cho tôi xem bản thức đơn?*

Do you have a menu in English?	*Ông/Cô có bản thức đơn bằng Anh ngữ không?*
I would like the set lunch, please.	*Tôi muốn một bữa ăn trưa do quí tiệm ấn định.*
What does it include?	*Bữa ăn trưa ấy gồm có những món gì?*
Is service included in the bill?	*Tiền phục vụ có bao gồm trong phiếu tính tiền không?*
What is the soup of the day?	*Món xúp đặc biệt trong ngày là gì?*
What is this/that?	*Món này/món kia là gì?*
Is this ...?	*Đây có phải là ...?*
I would like ...	*Tôi thích ...*
I want the same as his.	*Tôi muốn món ăn như anh ấy.*
I'd like to try that.	*Tôi muốn thử món ấy.*
Another ..., please.	*Xin cho thêm ...*
Nothing more?	*Không cần gì thêm nữa?*
Anything else?	*Có cần gì nữa không?*
I am hungry.	*Tôi đói.*
I am thirsty.	*Tôi khát.*
The meal was delicious.	*Thức ăn tuyệt vời.*
Do you have sauce?	*Ông/Cô có xốt không?*
Not too spicy please.	*Xin đừng cho quá nhiều gia vị.*
It's not hot.	*Không cay.*
No MSG please.	*Xin đừng cho bột ngọt.*
Is MSG used?	*Có cho bột ngọt trong này không?*
Please bring me ...	*Xin mang cho tôi ...*

Vegetarian Meals

I am a vegetarian.	*Tôi ăn chay.*
I don't eat meat. (implies red meat)	*Tôi không ăn thịt.*
I don't eat fish/ham.	*Tôi không ăn cá/chả thịt heo.*
I don't eat dairy products.	*Tôi không dùng các thứ có bơ sữa.*

Breakfast

The majority of Vietnamese people eat three meals a day. In rural areas, in order to work hard until noon, farmers require large breakfasts: often rice with fish and some vegetables. People in cities normally have a lighter breakfast: rice porridge or bread with meat is preferred. On Sunday, many people have either a *phở, hủ tiếu* or *bún bò Huế* in a restaurant. In many restaurants, you can choose from a small variety of dishes for your breakfast.

cháo trắng	rice porridge
cháo thịt	rice porridge with pork
phở	beef noodle soup
hủ tiếu	seafood noodle soup
bún bò Huế	Huế-style beef noodle soup
trứng chiên	fried egg
trứng om-lét	scrambled egg
trứng luộc	boiled egg
bánh mì	bread
bơ	butter
pho mai	cheese
sữa	milk
cà-phê sữa	white coffee

Lunch

Most dinner dishes are also served for lunch. Lunch for labourers in rural areas is as large as dinner, while lunch for people in cities is comparatively light and quick. Below are some main lunch dishes.

cơm trắng	steamed rice
cơm chiên	fried rice
cá hấp	steamed fish
cá chiên	fried fish
tôm rang muối	prawn fried with salt
canh cá	fish soup
canh thịt	pork soup
chả giò	spring rolls
bánh cuốn	rice paper rolls
gỏi gà	chicken salad

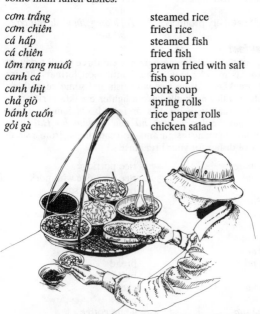

Dinner
Dinner is a big meal for the Vietnamese. While large restaurants offer a great variety of dishes for dinner, many Vietnamese prefer to have their dinner in restaurants offering special dishes, where the food is both good and cheap.

Soup
canh đậu hũ	bean curd soup
canh thịt gà	chicken soup
canh thịt heo	pork soup
canh chua cá	fish sour soup
cháo cá	fish rice soup
lẩu thập cẩm	mixed meat and seafood pot

Pork
thịt heo luộc	boiled pork
thịt heo chua ngọt	sweet-and-sour pork
thịt heo rô-ti	roasted pork
thịt heo xào hành	pork cooked with onion
thịt heo xào đậu cô-ve	pork cooked with green bean
thịt heo xào bông cải	pork cooked with cauliflower

Seafood
cá hấp	steamed fish
cá chiên	fried fish
tôm rang muối	prawn fried with salt
tôm xào bông cải	prawn cooked with cauliflower

tôm hùm luộc	boiled lobster
tôm hùm xào hành, gừng	lobster cooked with ginger and onion
cua rang muối	crab fried with salt
cua xào gừng	crab cooked with ginger

Poultry

gà/vịt luộc	boiled chicken/duck
gà/vịt quay	fried chicken/duck
cháo gà/vịt	chicken/duck porridge
gà chiên sả ớt	chicken fried with lemon grass and chilli
cánh gà chiên bơ	chicken wing fried with butter

Vegetables

bông cải xào thịt heo	cauliflower cooked with pork
đậu phụ tôm thịt	bean curd cooked with prawn and pork
nấm xào hành	mushroom cooked with onion
giá xào thịt bò	bean sprouts cooked with beef
măng xào thịt heo	bamboo shoot cooked with pork
cải xà lách dầu giấm	lettuce with oil and vinegar
cá hấp	steamed eggplant
cá chua xào thịt bò	tomato cooked with beef
đậu cô-ve xào thịt bò	green bean cooked with beef

Special Dishes

phở bò	beef noodle soup
phở gà	chicken noodle soup
bún bò Huế	Hue beef noodle soup
chả giò	springrolls
bánh xèo	country pancake
vịt quay	fried duck
cơm chiên	fried rice
tôm chiên	fried prawn
nước mắm	fish sauce
canh chua	sour soup
cá hấp	steam fish

Dessert

bánh ngọt	cake
chè	sweet soup
chè đậu xanh	green pea sweet soup
chè đậu đen	black bean sweet soup
đậu hũ	soya cake
trái cây	fruit
cam	orange
quít	mandarin
thơm	pineapple
đu đủ	papaya
nhãn	longan
mãng cầu	custard apple

Meat

beef	*thịt bò*
beefsteak	*thịt bíp-tét*
medium	*trung bình*
rare	*sống*
well done	*thật chín*
chicken	*thịt gà*
chop	*thịt heo miếng*
duck	*thịt vịt*
goat	*thịt dê*
ham	*chả thịt heo*
hamburger	*thịt bằm viên*
heart	*tim*
lamb	*thịt cừu non*
liver	*gan*
meat	*thịt*

mutton	*thịt cừu*
pork	*thịt heo*
roast meat	*thịt nướng*
sausage	*lạp xưởng*
tripe	*dạ dày bò*

Seafood

carp	*cá chép*
clams	*con nghiêu*
cod	*cá tuyết*
crab	*cua*
eel	*lươn*
fish	*cá*
lobster	*tôm hùm*
mussels	*con trai*
oyster	*con sò*
prawns	*tôm*
sardines	*cá mòi*
shark	*cá mập*
shellfish	*loài sò hến*
shrimps	*tôm*
squid	*mực*
trout	*cá hồi*
tuna	*cá thu*

Vegetables

artichoke	*a-ti-sô*
bamboo sprouts	*măng*
bean sprouts	*giá*
beancurd (tofu)	*đậu phụ*

beans	*đậu*
cabbage	*bắp cải*
carrot	*cà-rốt*
cauliflower	*bông cải*
celery	*cần tây*
corn	*bắp*
cucumber	*dưa leo*
eggplant (aubergine)	*cà pháo*
green beans	*đậu xanh*
green pepper	*tiêu xanh*
lentils	*đậu lăng-ti*
lettuce	*rau diếp*
mushrooms	*nấm*
olives	*ô-liu*
onion	*hành*

peas	*đậu Hà-lan*
potato	*khoai tây*
pumpkin	*bí*
spinach	*rau muống*
sweet potato	*khoai lang*
tomato	*cà chua*
turnip	*củ cải*
vegetable	*rau cải*

Fruit

apple	*trái táo*
apricot	*trái lê*
avocado	*trái bơ*
banana	*trái chuối*
blackberry	*trái dâu đen*
carambola	*trái khế*
cherries	*trái dâu*
coconut	*trái dừa*
custard apple	*trái mãng cầu*
dates	*trái chà là*
fig	*trái sung*
fruit	*trái cây*
grape	*trái nho*
grapefruit	*trái bưởi*
green dragon	*trái thanh long*
guava	*trái ổi*
lemon	*trái chanh*
longan	*nhãn*
lychee	*trái vải*
mandarin	*trái quýt*

melon	*trái dưa tây*
orange	*trái cam*
papaya	*trái đu đủ*
passion fruit	*trái lạc tiên*
peach	*trái đào*
pear	*trái lê*
pineapple	*trái thơm*
plum	*trái mận*
pomegranate	*trái lựu*
rambutan	*trái chôm chôm*
raisins	*trái nho khô*
star-apple	*trái vú sữa*
strawberry	*trái dâu tây*
watermelon	*trái dưa hấu*

Dairy Products

butter	*bơ*
cheese	*phò-mai*
cream	*kem*
ice cream	*kem lạnh*
margarine	*bơ thực vật*
milk	*sữa*
yoghurt	*dao-ua*

Eggs

boiled eggs	*trứng luộc*
egg	*trứng*
fried eggs	*trứng chiên*
omelette	*trứng om-lết*
scrambled eggs	*chả trứng*

Breads & Cereals

bread	*bánh mì*
cake	*bánh*
corn	*bắp*
flour	*bột*
oats	*bột yến mạch*
pancake	*bánh kép*
rice	*cơm*
savoury biscuits	*bánh bít-quy*
sweet	*ngọt*
sweet biscuits	*bánh bít-quy ngọt*
sweet bread	*bánh mì ngọt*
toast	*bánh mì nướng*
wheat	*lúa mì*

Condiments

chilli	*ớt*
chilli sauce	*tương ớt*
Chinese parsley	*ngò ta*
cinnamon	*quế*
cloves	*hành con*
coriander	*rau mùi/ngò*
fish sauce	*nước mắm*
garlic	*tỏi*
ginger	*gừng*
jam	*mứt*
mint	*rau thơm*
mustard	*tương mù-tạc*
oil	*dầu*
onion	*hành*

paprika	*ớt Hung*
pepper	*tiêu*
saffron	*nghệ*
salt	*muối*
soy sauce	*nước tương*
sugar	*đường*
vinegar	*dấm*

Miscellaneous Food

dessert	*thức ăn tráng miệng*
honey	*mật*
hors d'oeuvre	*thức ăn khai vị*
jam	*mứt*
noodles	*bún*
pastry	*bánh ngọt*
sandwich	*bánh xăng-duýt*
snack	*bữa ăn phụ*
soup	*xúp*

Cooking Methods

baked	*đốt lò*
barbecued	*nướng ngoài trời*
boiled	*luộc*
deep-fried	*chiên*
fried	*rán*
grilled	*nướng*
roasted	*quay*
steamed	*hấp*
stir-fried	*chiên trở qua trở lại*

Drinks
Cold Drinks

beer	*bia*
coconut milk	*nước dừa*
a cold fizzy drink	*thức uống lạnh có ga*
fizzy drink	*thức uống có ga*
fruit juice	*nước trái cây*
ice	*nước đá*
juice	*nước ép*
mineral water	*nước suối*
orange juice	*nước cam vắt*
pure juice	*nước ép nguyên chất*
red wine	*rượu chát đỏ*
spirit	*rượu mạnh*
water	*nước*
white wine	*rượu chát trắng*
without ice	*không có đá*

Hot Drinks

black coffee	*cá-phê đen*
a coffee	*cà-phê*
espresso coffee	*cà-phê hơi*
instant coffee	*cà-phê làm nhanh*
with milk	*với sữa*
without milk	*không sữa*
without sugar	*không đường*

camomile tea	*trà cúc la mã*
herb tea	*trà dược thảo*
hot chocolate	*sô-cô-la nóng*
tea	*trà*
with lemon	*với chanh*

Some Useful Words

ashtray	*cái gạt tàn thuốc*
baby food	*thức ăn trẻ con*
the bill	*phiếu tính tiền*
bowl	*cái tô*
chopsticks	*đũa*
cold	*lạnh*
cup	*cái tách*
a fork	*cái nĩa*
fresh	*tươi*
glass	*cái ly*
a knife	*con dao*
napkin	*khăn ăn*
a plate	*cái đĩa*
ripe	*chín*
salad	*xà-lách*
spicy	*có gia vị*
a spoon	*cái thìa*
stale	*cũ, ối, nhạt nhẽo*
sweet	*ngọt*
teaspoon	*thìa nhỏ*
toothpick	*cái tăm*

Shopping

In recent years Vietnam has opened its borders to many foreign tourists and overseas Vietnamese visitors. To attract them, many shops and stores have been opened in the large cities. Most of the goods sold in these stores are either imported illegally from neighbouring countries or sent by overseas Vietnamese to their relatives and friends. For these reasons, various types of foreign goods can be found in Vietnam.

When shopping, you have to bear two things in mind: in most of the shops you have to bargain for the price; additionally you must be careful because many 'locally made' goods, including medicines and drugs, carry foreign trademarks and are, therefore, not genuine.

In comparison to many cities in Vietnam, Ho Chi Minh City is the better place to shop. The further you travel north, the fewer goods you can find. In remote areas, there is almost nothing to buy, except some cheap souvenirs. Vietnam does not have department stores or supermarkets as in other, developed, countries. Most of the goods are sold in markets and small shops.

Where is the nearest ...?	... gần nhất ở đâu?
bookshop	nhà sách
clothing store	tiệm áo quần
general store	phố bán bách hóa
laundry	tiệm giặt
market	chợ
pharmacy	nhà thuốc tây
shop	tiệm
shoeshop	tiệm giày
souvenir shop	tiệm bán đồ kỷ niệm
vegetable shop	tiệm trái cây

Bargaining

In government-run stores prices are fixed. But there are not many things in those shops. On the street and in many shops bargaining is very common and necessary.

That's very expensive!	Cái ấy rất đắt!
That's too expensive for me.	Cái ấy quá đắt đối với tôi.
Really?	Thực vậy sao?
The price is very high.	Giá rất cao.
It costs a lot.	Tốn quá.
I'll buy it if you lower the price.	Nếu Ông/Cô hạ giá xuống thì tôi sẽ mua.
I don't have much money.	Tôi không có nhiều tiền như thế.
Could you lower the price once more?	Ông/Cô có thể hạ giá xuống thêm nữa được không?
I'll give you ... dong.	Tôi sẽ tính cho Ông ... đồng.
No more than ... dong.	Không quá ... đồng.

Making a Purchase

I would like to buy ...	*Tôi muốn mua ...*
How much is it?	*Giá bao nhiêu?*
Do you have others?	*Ông/Cô có các thứ khác không?*
I don't like it.	*Tôi không thích cái ấy.*
Can I see it?	*Tôi có thể xem cái ấy được không?*
I'll take (buy) it.	*Tôi sẽ lấy (mua) cái ấy.*
There is none/We don't have any.	*Không còn/Chúng tôi không còn cái nào cả.*
Which one?	*Cái nào?*
This one?	*Cái này?*
Show it to me.	*Chỉ cho tôi xem.*
Can I look at it?	*Tôi có thể xem được không?*
I'm just looking.	*Tôi đang xem.*
Can you write down the price?	*Ông/Cô có thể viết giá ra được không?*
Do you accept credit cards?	*Ông/Cô có nhận thẻ tín dụng không?*
What is it made of?	*Cái ấy làm bằng gì?*
Where can I buy ...?	*Tôi có thể mua ... ở đâu?*

Souvenirs

I'd like to buy some ...	*Tôi muốn mua một ít ...*
I'm interested in ...	*Tôi để ý đến ...*
carpets	*thảm*
ceramics	*đồ gốm*
earrings	*hoa tai*

embroidered goods	*đồ thêu*
handicraft	*đồ thủ công*
hat made of latanier leaves	*nón lá*
lacquerware	*đồ sơn mài*
leatherwork	*đồ da*
mother-of pearl	*xà cừ*
necklace	*giây chuyền*
pottery	*đồ gốm*
ring	*nhẫn*
rug	*thảm*
silk paintings	*tranh lụa*
traditional musical instruments	*nhạc cụ cổ truyền*
wood-block prints	*tranh khắc gỗ*

Clothing

clothing	*áo quần*
coat	*áo choàng*
dress	*áo dài*
hat	*nón*
jacket	*áo vét*
jeans	*quần bó ống*

jumper	*áo mặc ngoài*
pullover	*áo len choàng cổ*
raincoat	*áo mưa*
sandals	*dép*
shirt	*áo sơ-mi*
shoes	*giày*
shorts	*quần ngắn*
skirt	*váy*
socks	*bít tất ngắn*
trousers	*quần dài*
T-shirt	*áo thun*
underwear	*áo quần lót*

I want something like ...	*Tôi thích cái gì giống như ...*
this/that	*cái này/cái kia*
these	*những cái này*
those	*những cái kia*

Can I try it on?	*Tôi có thể mặc thử cái này được không?*
It fits well.	*Nó rất vừa.*
It doesn't fit.	*Nó không vừa.*
Can it be altered?	*Có thể đổi được không?*

It is too ...	*Quá ...*
big	*lớn*
small	*nhỏ*
short	*ngắn*
long	*dài*
tight	*chật*
loose	*rộng*

Materials

cotton	*vải bông*
handmade	*đồ làm bằng tay*
leather	*da*
silk	*lụa*
wool	*len*

Toiletries

baby's bottle	*bình sữa trẻ con*
baby powder	*phấn xoa cho trẻ con*
chlorine tablets	*thuốc clo*
comb	*lược*
condoms	*bao ngừa thai*
deodorant	*chất khử mùi*
hairbrush	*bàn chải tóc*
insect repellent	*thuốc trừ sâu*
iodine	*i-ốt*
laxative	*thuốc nhuận trường*
moisturising cream	*kem dưỡng da*
razor	*dao cạo râu*
sanitary napkins	*băng vệ sinh*
shampoo	*xà-phòng gội đầu*

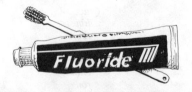

shaving cream	*kem cạo râu*
soap	*xà-phòng*
sunblock cream	*kem chống nắng*
talcom powder	*bột tan*
tampons	*tóc giả*
tissues	*giấy lau*
toilet paper	*giấy vệ sinh*
toothbrush	*bàn chải đánh răng*
toothpaste	*kem đánh răng*
water purification tablets	*thuốc lọc nước*

Stationery & Publications

airmail	*thư gởi máy bay*
book	*sách*
crayons	*bút chì màu*
dictionary	*tự điển*
envelopes	*bì thư*
exercise book	*tập/vở*
magazine	*tạp chí*
map	*bản đồ*
newspaper	*báo*
newspaper in English	*báo bằng Anh ngữ*
notebook	*sổ tay*
novel	*tiểu thuyết*
novels in English	*tiểu thuyết bằng tiếng Anh*
pad	*tập giấy*
pen	*bút mực*
pencil	*bút chì*
scissors	*kéo*
writing paper	*giấy viết*

Photography

I'd like a film for this camera.	*Tôi cần một cuốn phim cho cái máy chụp hình này.*
How much is it to develop?	*Sang phim bao nhiêu?*
When will it be ready?	*Lúc nào thì xong?*
Do you fix cameras?	*Ông/Cô có sửa máy chụp hình không?*

camera	*máy chụp hình*
film	*phim*
B&W film	*phim trắng đen*
colour film	*phim màu*
colour slide	*phim âm bản màu*
flash	*đèn chụp hình*
lens	*ống kính*
light metre	*máy đo ánh sáng*

Smoking

cigarettes	*thuốc lá*
lighter	*máy bật lửa*
matches	*diêm*
pipe	*ống vố*
tobacco	*thuốc lá hút ống vố*

A packet of cigarettes, please.   *Xin cho một gói thuốc.*

Do you have a light?   *Ông có lửa không?*

Colours

black	*màu đen*
blue	*màu xanh*
brown	*màu nâu*
dark	*màu đậm*
green	*màu xanh lá cây*
light	*màu nhạt*
orange	*màu cam*
pink	*màu hồng*
purple	*màu tím*
red	*màu đỏ*
white	*màu trắng*
yellow	*màu vàng*

Weights & Measures

gram	*gam*
kilogram	*ki-lô-gam*
pound	*cân Anh*
millimetre	*milimét*
centimetre	*centimét*
metre	*mét*
kilometre	*cây số*
half a litre	*một nửa lít*
litre	*lít*

Sizes & Quantities

big	*lớn*
bigger	*lớn hơn*
biggest	*lớn nhất*
enough	*đủ*
heavy	*nặng*
less	*ít hơn*
light	*nhẹ*
a little bit	*một ít*
long	*lâu*
much/many	*nhiều*
more	*thêm nữa*
short	*ngắn*
small	*nhỏ*
smaller	*nhỏ hơn*
smallest	*nhỏ nhất*
some	*một ít*
tall	*cao*
too much/many	*quá nhiều*

Some Useful Words

backpack	*xắc mang vai*
bag	*cái xách*
battery	*pin*
bottle	*chai*
box	*hộp*
brass	*đồng*
button	*nút*
candles	*đèn cầy*
comb	*lược*

discount	*bớt*
gold	*vàng*
mirror	*kính soi*
mosquito net	*màn/mùng*
needle (sewing)	*kim may*
packet	*gói*
plastic	*nhựa*
receipt	*biên lai*
silver	*bạc*
thread	*chỉ*
umbrella	*dù*

Health

Hospitals in Vietnam today are poorly equipped because of the lack of hard currency, so after consultation patients have to buy drugs themselves. These drugs are normally purchased on the black market. In large hospitals, a number of Vietnamese doctors can speak English. Sometimes you may have trouble communicating with them when speaking, but if you write what concerns you, they might understand, as most of them learned some English at school or read books in English.

When you buy a ticket to travel to Vietnam, most travel agencies normally provide you with the necessary information, including advice on health issues. Remember that you should not drink unpurified water or drinks with ice, and avoid raw salad, since your stomach will not be used to Vietnamese conditions.

If you don't carry any medicines with you, in case of need, you should either ask the staff in your hotel to buy them for you, or you should buy them yourself from a pharmacy. Do not, under any condition, buy medicine at the market or on the street!

I am sick.	*Tôi ốm.*
My friend is sick.	*Bạn tôi ốm.*
I need a doctor.	*Tôi cần bác sĩ.*
Where can I find a good doctor?	*Ở đâu tôi có thể kiếm được bác sĩ giỏi?*

Could you please call a doctor?	*Xin ông vui lòng gọi cho một bác sĩ?*
Where is …?	*… ở đâu?*
a doctor	*bác sĩ*
the hospital	*bệnh viện*
the chemist	*nhà thuốc tây*
a dentist	*nha sĩ*

Ailments

I feel dizzy.	*Tôi cảm thấy choáng váng.*
I feel weak.	*Tôi cảm thấy yếu.*
I've been bitten by something.	*Tôi vừa bị cái gì chích vào.*
I'm having trouble breathing.	*Tôi đang bị khó thở.*
I've been vomiting.	*Tôi vừa nôn/ói.*
I can't sleep.	*Tôi không ngủ được.*
I can't move my …	*Tôi không nhúc nhích … tôi được.*
It hurts here.	*Bị đau ở đây.*
My … hurts.	*… tôi bị đau.*
I have a heart condition.	*Tôi bị tim.*

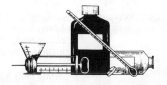

I have …	*Tôi bị …*
an allergy	*dị ứng*
altitude sickness	*chóng mặt ở độ cao*
anaemia	*bệnh thiếu máu*
asthma	*bệnh suyễn*
a burn	*phỏng*
a cold	*bị cảm*
constipation	*táo bón*
a cough	*bị ho*
cramp	*chứng co bắp thịt*
dehydration	*toát mồ hôi*
diarrhoea	*bệnh ỉa chảy*
dysentery	*bệnh kiết lỵ*
a fever	*bệnh sốt*
food poisoning	*ăn trúng độc*
frostbite	*tê cóng*
glandular fever	*sốt vì hạch*
a headache	*đau đầu*
hepatitis	*viêm gan*
indigestion	*khó tiêu hóa*
an infection	*nhiễm trùng*
an inflammation	*chứng sưng*
influenza	*bệnh cúm*
an itch	*ngứa da*
lice	*chí rận*
low/high blood pressure	*áp huyết thấp/cao*
malaria	*bệnh sốt rét*
a migraine	*chứng nhức đầu một bên*
mucus	*niêm dịch/nước nhớt*
a pain	*đau*
a rash	*chứng phát ban*

rheumatism	*thấp khớp*
a sore throat	*đau cuống họng*
sprain	*trật xương*
a stomachache	*đau dạ dày*
sunburn	*sạm nắng*
sunstroke	*trúng nắng*
a swelling	*sưng lên*
a temperature	*nhiệt độ*
typhoid	*thương hàn*
venereal disease	*bệnh hoa liễu*
worms	*sán lải*
yellow fever	*sốt rét vàng da*

It's broken.	*Bị gãy.*
It's dislocated.	*Bị trật khớp xương.*
It's sprained.	*Bị trẹo xương.*
I am diabetic.	*Tôi bị bệnh đái đường.*
I am epileptic.	*Tôi bị trúng phong.*

I'm allergic to ...	*Tôi bị dị ứng với ...*
antibiotics	*thuốc kháng sinh*
penicillin	*thuốc pê-ni-xi-lin*

Parts of the Body

ankle	*mắt cá*
appendix	*ruột thừa*
arm	*cánh tay*
back	*lưng*
blood	*máu*

bone	*xương*
breast	*vú*
chest	*ngực*
ear	*tai*
elbow	*khuỷu tay*
eye	*mắt*
face	*mặt*
finger	*ngón tay*
foot	*chân*
hand	*tay*
head	*đầu*
heart	*tim*
hip	*mông*
kidney	*cật/thận*
knee	*đầu gối*
leg	*đùi chân*
liver	*gan*
lung	*phổi*
mouth	*miệng*
muscle	*gân*
neck	*cổ*
nose	*mũi*
rib	*xương sườn*
shoulder	*vai*
skin	*da*
spine	*xương sống*
stomach	*dạ dày*
teeth	*răng*
throat	*cuống họng*
tongue	*lưỡi*
tonsils	*hạch ở hai bên cuống họng*

At the Chemist

Chemists in Vietnam normally sell only medicines, not all the sorts of things Western chemists sell. Many Vietnamese people don't go to the doctor, they just go to a pharmacy and tell the pharmacist or a sales assistant about their type of sickness, and he or she will advise them what kind of medicine to buy. This is illegal but very common practice in Vietnam. In rural or remote areas, Western drugs are not easy to find and the people tend to use more traditional medicines and herbs than people living in cities.

I need something for ...	*Tôi cần thuốc cho ...*
Do I need a prescription for ...	*Tôi có cần toa cho ...*
How many times a day?	*Bao nhiêu lần mỗi ngày?*

At the Dentist

Is there a good dentist here?	*Có nha sĩ giỏi ở đây không?*
I have a toothache.	*Tôi bị nhức răng.*
I don't want it extracted.	*Tôi không muốn nhổ.*
Please give me an anaesthetic.	*Xin cho tôi thuốc tê.*

Some Useful Words & Phrases

I'm on the pill. (contraceptive)	*Tôi dùng thuốc ngừa thai.*
I haven't had my period for ... months.	*Tôi chưa có kinh từ ... tháng nay.*
I have been vaccinated.	*Tôi vừa chích ngừa.*
I have my own syringe.	*Tôi có kim chích riêng.*

accident	*tai nạn*
acupuncture	*châm cứu*
addiction	*nghiện*
antibiotics	*thuốc kháng sinh*
anti-diarrhoeal drug	*thuốc chống ỉa chảy*
antiseptic	*thuốc sát trùng*
aspirin	*thuốc át-pi-rin*
bandage	*băng*
bite (dog)	*cắn*
bite (insect)	*chích*
bleeding	*chảy máu*
blood pressure	*áp huyết*
blood test	*thử máu*
contraceptive	*thuốc ngừa thai*
faeces	*phân*
injection	*chích*
injury	*bị thương*
itch	*ngứa*
laxative	*thuốc nhuận trường*
medicine	*thuốc*
menstruation	*kinh nguyệt*
nausea	*nôn mửa*
ointment	*thuốc mỡ*
oxygen	*ô-xy*
pus	*mủ*
urine	*nước tiểu*
vitamins	*sinh tố*
wound	*vết thương*

Time & Dates

Telling the Time

What time is it?	*Mấy giờ rồi?*
It is 1 am.	*Một giờ sáng.*
It is 7 pm.	*Bảy giờ tối.*
It is 4.10.	*Bốn giờ mười.*
It is 4.15.	*Bốn giờ mười lăm.*
It is 4.20.	*Bốn giờ hai mươi.*
It is 4.30.	*Bốn giờ ba mươi (bốn giờ rưỡi).*
It is 4.40.	*Bốn giờ bốn mươi.*
It is 4.45.	*Bốn giờ bốn mươi lăm.*
What time does the bus leave?	*Mấy giờ xe buýt khởi hành?*
The bus leaves at 10.30 pm.	*Xe buýt khởi hành lúc 10 giờ rưỡi tối.*
What time does it open?	*Mấy giờ thì mở cửa?*
It opens at 10 am.	*Mở cửa lúc 10 giờ sáng.*
What time does it close?	*Mấy giờ thì đóng cửa?*
It closes at 4 pm.	*Đóng cửa lúc 4 giờ chiều.*
o'clock	*giờ*
am	*sáng*
pm	*chiều (tối, after 7 pm)*
in the morning	*buổi sáng*
in the afternoon	*buổi chiều*
in the evening	*buổi tối*

Days of the Week

Monday	*Thứ hai*
Tuesday	*Thứ ba*
Wednesday	*Thứ tư*
Thursday	*Thứ năm*
Friday	*Thứ sáu*
Saturday	*Thứ bảy*
Sunday	*Chủ nhật*

Months

January	*Tháng giêng*
February	*Tháng hai*
March	*Tháng ba*
April	*Tháng tư*
May	*Tháng năm*
June	*Tháng sáu*
July	*Tháng bảy*
August	*Tháng tám*
September	*Tháng chín*
October	*Tháng mười*
November	*Tháng mười một*
December	*Tháng mười hai*

Seasons

summer	*mùa hè (mùa hạ)*
autumn	*mùa thu*
winter	*mùa đông*
spring	*mùa xuân*

Dates

What date is it today?	*Hôm nay là ngày mấy?*
It's 28 June.	*Ngày 28 Tháng sáu.*
It's 3 June.	*Ngày 3 Tháng sáu.*
It's 1 April.	*Ngày 1 Tháng tư.*

Present

today	*hôm nay*
this morning	*sáng nay*
this afternoon	*chiều nay*
tonight	*đêm nay*
this week	*tuần này*
this month	*tháng này*
this year	*năm này*
immediately	*ngay tức khắc*
now	*bây giờ*

Past

yesterday	*hôm qua*
day before yesterday	*ngày kia*
yesterday morning	*sáng qua*
yesterday afternoon/evening	*chiều qua/tối qua*
last night	*đêm qua*
last week	*tuần trước (vừa qua)*
last month	*tháng trước (vừa qua)*
last year	*năm trước (vừa qua)*

Future

tomorrow	*ngày mai*
day after tomorrow	*ngày mốt*
tomorrow morning	*sáng mai*
tomorrow afternoon	*chiều mai*
tomorrow evening	*tối mai*
next week	*tuần tới*
next month	*tháng tới*
next year	*năm tới*

During the Day

sunrise	*mặt trời mọc*
dawn, very early morning	*bình minh, lúc rạng đông*
morning	*sáng*
noon	*trưa*
afternoon	*chiều*
evening	*tối*
sundown	*hoàng hôn*
midnight	*nửa đêm*

Some Useful Words & Phrases

century	*thế kỷ*
day	*ngày*
fortnight	*nửa tháng*
month	*tháng*
night	*đêm*
week	*tuần*
year	*năm*
... years ago.	*... năm rồi.*

Religious & National Festivals

New Year	*Năm mới*
Lunar New Year	*Tết nguyên đán*
Easter	*Phục sinh*
Buddha's Birthday Anniversary	*Lễ Phật Đản*
Mother's Day	*Ngày của Mẹ (lễ Vu-lan)*
Mid-Autumn Festival (children's festival)	*Tết Trung Thu*
National Day	*Ngày Quốc khánh*
Christmas	*Giáng sinh*

Some Important Holidays

Tết Nguyên Đán
> Lunar New Year in Vietnam is the most important festival of the year. Tết is the time for family reunion, good foods and new clothes. The Tết usually lasts for several days.

Tết Thanh Minh
> known as 'Clear and Bright', or the Spring Festival, it normally falls between late March and early April each year. This is the time when people go to sweep and tidy up the tombs of their ancestors.

Lễ Phật Đản
> Buddha's Birthday – an important festival for Vietnamese Buddhists. It is normally held on the 15th day of the 4th month of the lunar calendar.

Lễ Vu Lan
> a Buddhist holiday, held annually on the 15th of the 7th month of the lunar calendar. The main objective of this festival is for the people to express their gratefulness and appreciation to their mother.

Tết Trung Thu
> the Mid-Autumn Festival, held on the 15th of the 8th month, is a festival for children.

The Vietnamese Calendar

Year *Nhâm Tuất*, the Year of the Dog, corresponding to the year 2879 BC of the Gregorian calendar, was the year the dynasty of Hồng Bàng founded the country of Vietnam.

The Vietnamese calendar is based on 10-year cycles called *can*, and 12-year cycles called *chi*. Each cycle consists of 60 years. If you were born in the Year *Ất Hợi*, or 1935, 60 years later, in 1995, the year *Ất Hợi* will come again.

The 10 years of *can* are:

1	*Giáp*	water in nature
2	*Ất*	water in the home
3	*Bính*	lighted fire
4	*Đinh*	latent fire
5	*Mậu*	wood
6	*Kỷ*	wood prepared to burn
7	*Canh*	metal
8	*Tân*	wrought metal
9	*Nhâm*	virgin land
10	*Quý*	cultivated land

The 12 years of *chi* are:

1	*Tý*	rat
2	*Sửu*	buffalo
3	*Dần*	tiger
4	*Mẹo*	cat
5	*Thìn*	dragon
6	*Tỵ*	snake
7	*Ngọ*	horse
8	*Mùi*	goat
9	*Thân*	monkey
10	*Dậu*	cock
11	*Tuất*	dog
12	*Hợi*	pig

Familiarisation with the Vietnamese Calendar

2879 BC	*Nhâm Tuất* – Hồng Bàng dynasty was established
2697 BC	*Giáp Tý* – First year of Chinese King Hoàng Đế
1945 AD	*Ất Dậu* – End of the French Colony in Vietnam

Year	*Can + Chi*
1992	*Nhâm Thân*, the Year of the Monkey
1993	*Quý Dậu*, the Year of the Cock
1994	*Giáp Tuất*, the Year of the Dog
1995	*Ất Hợi*, the Year of the Pig
1996	*Bính Tý*, the Year of the Rat
1997	*Đinh Sửu*, the Year of the Buffalo
1998	*Mậu Dần*, the Year of the Tiger
1999	*Kỷ Mẹo*, the Year of the Cat
2000	*Canh Thìn*, the Year of the Dragon
2001	*Tân Tỵ*, the Year of the Snake
2002	*Nhâm Ngọ*, the Year of the Horse
2003	*Quý Mùi*, the Year of the Goat

Some Useful Words & Phrases

a while ago	*vừa rồi*
after	*sau*
always	*luôn*
before	*trước*
early	*sớm*
everyday	*mỗi ngày*
forever	*mãi mãi*
late	*trễ*
long ago	*lâu rồi*
never	*không bao giờ*

not any more	*không còn nữa*
not yet	*chưa*
recently	*vừa rồi*
sometimes	*thỉnh thoảng*
soon	*liền ngay*

Numbers & Amounts

When you use a countable noun with a notion of number, you should place a proper classifier in the between of the number and the noun. For example: three dogs is *ba con chó* (*con* is a classifier for animals), or four chairs, *bốn cái ghế* (*cái* is the classifier for inanimate objects). To understand more, consult the Grammar chapter, page 19.

Cardinal Numbers

0	*không*
1	*một*
2	*hai*
3	*ba*
4	*bốn*
5	*năm*
6	*sáu*
7	*bảy*
8	*tám*
9	*chín*
10	*mười*
11	*mười một*
12	*mười hai*
13	*mười ba*
14	*mười bốn*
15	*mười lăm* (not *mười năm*)
16	*mười sáu*
17	*mười bảy*

18	*mười tám*
19	*mười chín*
20	*hai mươi*
21	*hai mươi mốt (hăm mốt)*
22	*hai mươi hai (hăm hai)*
30	*ba mươi*
31	*ba mươi mốt*
40	*bốn mươi*
50	*năm mươi*
60	*sáu mươi*
70	*bảy mươi*
80	*tám mươi*
90	*chín mươi*
100	*một trăm*
101	*một trăm lẻ một*
102	*một trăm lẻ hai*
193	*một trăm chín mươi ba*
200	*hai trăm*
300	*ba trăm*
400	*bốn trăm*
500	*năm trăm*
600	*sáu trăm*
700	*bảy trăm*
800	*tám trăm*
900	*chín trăm*
1000	*một ngàn*
2000	*hai ngàn*
100,000	*một trăm ngàn*
one million	*một triệu*
two million	*hai triệu*

Fractions

¼	*một phần tư*
⅓	*một phần ba*
½	*một nửa*
¾	*ba phần tư*

Ordinal Numbers

1st	*thứ nhất*
2nd	*thứ hai*
3rd	*thứ ba*
4th	*thứ tư*
5th	*thứ năm*
6th	*thứ sáu*
7th	*thứ bảy*
8th	*thứ tám*
9th	*thứ chín*
10th	*thứ mười*

Some Useful Words

calculate	*tính*
add	*cộng*
substract	*trừ*
multiply	*nhân*
divide	*chia*
a little (amount)	*một ít*
to count	*đếm*
double	*đôi*
a dozen	*một tá*
Enough!	*Đủ rồi!*

few	*ít*
less	*ít hơn*
a lot	*nhiều*
many	*nhiều*
more	*nữa*
once	*một lần*
a pair	*một đôi*
percent	*phần trăm*
some	*một ít*
too much	*quá nhiều*
twice	*hai lần*

Vocabulary

A

able (to be) – *có thể*
aboard – *trên tàu*
about (approximately) – *khoảng*
above – *trên*
abroad – *hải ngoại*
accept (v) – *nhận*
accident – *tai nạn*
accommodation – *chỗ ở*
ache – *đau*
across – *băng qua*
actor – *diễn viên*
adaptor – *máy biến điện*
addict – *nghiện*
address – *địa chỉ*
administration – *hành chánh*
admire (v) – *khâm phục*
admission – *sự thu nhận*
admit (v) – *nhận vào*
advantage – *sự thuận lợi*
adventure – *sự mạo hiểm*
advice – *sự tư vấn*
aeroplane – *máy bay*
afraid (to be) – *lo sợ*
after – *sau*
afternoon – *buổi chiều*

again – *lại*
against – *chống lại*
age – *tuổi*
agree (v) – *đồng ý*
agriculture – *canh nông*
ahead – *trước*
aid – *giúp đỡ*
air – *không khí*
air-conditioned – *điều hòa không khí*
airline – *đường hàng không*
airmail – *bằng máy bay*
alarm clock – *đồng hồ báo thức*
all – *tất cả*
allow (v) – *cho phép*
almost – *hầu như*
alone – *một mình*
also – *cũng*
always – *mãi mãi*
amazing – *kinh ngạc*
ambassador – *đại sứ*
among – *trong số*
ancient – *xưa*
and – *và*
angry – *giận*
animal – *thú vật*

answer (v) – *trả lời*
antibiotic – *kháng sinh*
antiseptic – *khử trùng*
antique – *đồ cổ*
any – *... nào/gì (in questions)*
apple – *trái táo*
appointment – *hẹn*
approximately – *khoảng*
argue (v) – *tranh luận*
arid – *khô khan*
arm – *cánh tay*
arrive (v) – *đến*
art – *nghệ thuật*
artist – *nghệ sĩ*
ask (v) – *hỏi*
aspirin – *thuốc at-pi-rin*
at – *tại/ở*
aunt – *cô/dì*
automatic – *tự động*
autumn – *mùa thu*
awaken (v) – *thức giấc*

B

baby – *trẻ con –*
babysitter – *người giữ trẻ*
bachelor – *độc thân*
back – *lưng*
backpack – *túi đeo lưng*
bad – *xấu*
bag – *cái bao*

baggage – *hành lý*
baker – *người làm bánh mì*
balcony – *ban-công*
ball – *trái banh*
banana – *chuối*
bandage – *băng*
bank – *ngân hàng*
banknote – *bạc giấy*
bar – *thanh, thỏi*
barbeque – *bữa ăn thịt nướng ngoài trời*
bath – *tắm*
bathroom – *phòng tắm*
beach – *bãi biển*
beans – *đậu*
beard – *râu*
beautiful – *đẹp*
because – *bởi vì*
bed – *giường*
bedbugs – *rệp*
beef – *thịt bò*
beefsteak – *thịt bò bíp-tết*
beer – *bia*
before – *trước*
beggar – *người ăn xin*
begin (v) – *bắt đầu*
beginner – *người mới học*
behind – *đằng sau*
believe (v) – *tin*
below – *dưới*
beside – *bên cạnh*

best – *tốt nhất*
better – *tốt hơn*
between – *giữa*
bible – *kinh thánh*
bicycle – *xe đạp*
big – *lớn*
bill – *phiếu trả tiền*
bird – *chim*
birthday – *sinh nhật*
biscuit – *bánh bít-quy*
bit – *miếng*
bitter – *đắng*
black – *đen*
blame – *khiển trách*
blanket – *chăn, mền*
bleed – *chảy máu*
bless (v) – *ban phúc*
blind – *mù*
blister – *phồng da*
blond – *vàng hoe*
blood – *máu*
blouse – *áo choàng*
blue – *màu xanh*
boat – *thuyền*
body – *thân thể*
bomb – *bom*
book – *sách*
bookshop – *tiệm sách*
boots – *giày ống*
bored – *chán nản*
borrow (v) – *mướn*

boss – *người chủ*
both – *cả hai*
bottle – *chai*
box – *hộp*
boy – *con trai*
boyfriend – *bạn trai*
bracelet – *giây chuyền*
brave – *can đảm*
bread – *bánh mì*
break – *làm vỡ*
breakfast – *bữa ăn sáng*
breast – *vú*
breastfeed – *cho bú sữa mẹ*
breathe – *thở*
breeze – *gió nhẹ*
bribe – *hối lộ, đút lót*
bridge – *cái cầu*
bright – *sáng chói*
bring – *mang*
broken – *gãy*
brother (older)– *anh*
   (younger) – *em*
brown – *màu nâu*
bruise – *vết thâm tím*
brunet, brunette – *ngăm đen*
bucket – *thùng, xô*
bug – *con rệp*
build (v) – *xây dựng*
building – *toà cao ốc*
bull – *bò đực*
burn (v) – *đốt cháy*

bus – *xe buýt*
business – *thương mãi*
busy (to be) – *bận rộn*
but – *nhưng*
butcher – *tiệm bán thịt*
butter – *bơ*
buy (v) – *mua*
by – *bằng, bởi*

C

cabbage – *cải bắp*
cactus – *cây xương rồng*
café – *tiệm cà-phê*
cake – *bánh*
camera – *máy hình*
camp (v) – *cắm trại*
camp (n) – *trại, lều*
can (to be able) – *có thể*
candle – *đèn cầy*
capital – *thủ đô*
care (to take care of) – *săn sóc*
carpet – *tấm thảm*
carrot – *củ cà-rốt*
carry (v) – *mang*
cat – *con mèo*
Catholic – *công giáo*
cave – *động*
cemetery – *nghĩa trang*
certain – *chắc chắn*

chance – *cơ hội*
chair – *ghế*
change (money) – *tiền lẻ*
cheap – *rẻ*
cheese – *pho-mai*
chemist (pharmacy) – *nhà thuốc tây*
chewing gum – *kẹo cao-su*
chicken – *thịt gà*
child – *đứa trẻ*
children – *đứa/người con*
chilli – *ớt*
chocolate – *xô-cô-la*
choose (v) – *lựa chọn*
Christmas – *Giáng sinh*
Christmas Eve – *đêm Giáng sinh*
church – *nhà thờ*
cigarettes – *thuốc lá*
citizen – *công dân*
city – *thành phố*
city centre – *dưới phố*
clean – *sạch sẽ*
clock – *giờ*
close (v) – *đóng*
clothing – *áo quần*
cloud – *mây*
coast – *bờ biển*
coat – *áo choàng ngoài*
cockroach – *con gián*
coconut – *dừa*

coffee – *cà-phê*
coin – *đồng xu*
cold – *lạnh*
come – *đến*
comfortable – *tiện lợi*
communist – *cộng sản*
company – *công ty*
complex – *mặc cảm*
comrade – *đồng chí*
condom – *bao chống thụ thai*
conductor – *người chỉ đường*
confectionery – *mứt, kẹo*
congratulations – *chúc mừng*
constipation – *táo bón*
contagious – *lây (bệnh)*
contraceptive – *thuốc
  ngừa thai*
conversation – *trò chuyện*
cook (n) – *người nấu bếp*
cool – *mát*
cooperative – *hợp tác xã*
cop – *cảnh sát*
copper – *cảnh sát*
cord – *dây thừng nhỏ*
corn – *bắp*
corner – *góc*
corrupt – *tham nhũng*
cotton – *bông*
cough – *ho*
cough drop – *viên thuốc ho*
count (v) – *đếm*

country person – *dân quê*
court – *tòa án*
cow – *con bò*
crazy – *mất trí/điên*
cream – *kem*
credit card – *thẻ tín dụng*
crocodile – *cá sấu*
crop – *vụ, mùa*
cross – *đi qua*
cultivate (v) – *trồng trọt*
cup – *cái ly*
customs – *phong tục*
cut (v) – *cắt*

D

dad – *cha*
daily – *hàng ngày*
damp – *ẩm ướt*
dangerous – *nguy hiểm*
dark – *bóng tối*
daughter – *con gái*
date (time) – *ngày*
dawn – *bình minh*
day – *ngày*
dead – *chết*
deaf – *điếc*
death – *sự chết*
decide (v) – *quyết định*
decision – *sự quyết định*
delay (v) – *quá chậm trễ*

delicious – *tuyệt hảo*
delightful – *thú vị*
delirious – *mê sảng*
democracy – *dân chủ*
demonstration (protest) –
  cuộc biểu tình
dentist – *nha sĩ*
deny (v) – *từ chối*
depart (v) – *khởi hành*
departure – *sự khởi hành*
descend (v) – *xuống*
desert – *sa mạc*
dessert – *món ăn tráng miệng*
destroy (v) – *phá huỷ*
detail – *chi tiết*
development – *phát triển*
diarrhoea – *bệnh ỉa chảy*
different – *khác biệt*
difficult – *khó*
dinner – *bữa ăn tối*
direct – *trực tiếp*
dirt – *sự dơ bẩn*
dirty – *dơ bẩn*
disadvantage – *bất lợi*
discount – *giảm*
discover (v) – *khám phá*
discrimination – *kỳ thị*
dish – *món ăn*
disinfectant – *thuốc tẩy uế*
distant – *xa, khoảng cách*
do (v) – *làm*

doctor – *bác sĩ*
dog – *con chó*
dole – *tiền trợ cấp thất nghiệp*
doll – *con búp bê*
dollar – *đồng đô la*
donkey – *con lừa*
door – *cửa*
dope – *chất ma tuý*
double – *đôi*
down – *dưới*
downstairs – *tầng dưới*
downtown – *dưới phố*
dream – *mơ mộng*
dress – *quần áo*
dried – *phơi khô*
drink (n) – *thức uống*
drink (v) – *uống*
drinkable (water) –
  (nước) uống được
drug – *thuốc*
drunk – *say rượu*
dry – *khô*
duck – *vịt*
during – *trong khi*
dust – *bụi*

E

each – *mỗi*
ear – *tai*
early – *sớm*

earn (v) – *kiếm sống*
earnings – *tiền lương*
earrings – *hoa tai*
earth – *trái đất*
earthquake – *động đất*
east – *phía đông*
Easter – *Phục sinh*
easy – *dễ*
eat (v) – *ăn*
economic – *kinh tế*
economy – *nền kinh tế*
education – *giáo dục*
egg – *trứng*
eggplant – *cà pháo*
elder – *người lớn tuổi hơn*
election – *bầu cử*
electricity – *điện*
embarrassment – *bối rối*
embassy – *tòa đại sứ*
employee – *người làm công*
employer – *người chủ*
empty – *trống, rỗng*
end – *kết thúc*
energy – *năng lượng*
English – *Anh ngữ*
enjoy (oneself) – *thưởng thức*
enough – *đủ*
enter (v) – *đi vào*
entry – *lối vào*
envelope – *phong bì*
equal – *ngang, bình đẳng*

equator – *Xích đạo*
evening – *buổi tối*
event – *biến cố*
ever – *bao giờ*
every – *mỗi, mọi*
everyone – *mỗi người*
everything – *mọi vật*
exchange (v) – *trao đổi*
exhausted – *kiệt sức, mệt lử*
exile – *lưu vong*
exotic – *ngoại lai*
expensive – *đắt*
experience – *kinh nghiệm*
export (v) – *xuất khẩu*
explain (v) – *giải thích*
eye – *mắt*

F

face – *mặt*
fair – *công bằng*
faithful – *trung thành*
fall (n) – *sự rơi*
false – *sai*
family – *gia đình*
fan – *cái quạt*
far – *xa*
farm – *nông trại*
fast – *nhanh*
fat – *mập*
father – *cha*

fault – *lỗi*

fear – *sợ*

fee – *tiền thù lao*

feel (v) – *cảm thấy*

feeling – *cảm giác*

feminine – *dịu dàng*

fence – *hàng rào*

ferry – *phà*

festival – *ngày lễ*

fever – *cơn sốt*

few – *ít*

fiancé/e – *chồng/vợ chưa cưới*

field – *cánh đồng*

fig – *quả sung*

fight – *đấu tranh*

fill – *làm đầy, điền vào*

film – *phim*

fine (penalty) – *tiền phạt*

finger – *ngón tay*

fire – *lửa*

firewood – *củi*

first – *thứ nhất*

fish – *cá*

flag – *lá cờ*

flat – *bằng, phẳng*

flea – *con bò chét*

flesh – *thịt*

flight – *chuyến bay*

flood – *lụt*

floor – *sàn nhà*

flour – *bột*

flower – *hoa*

fly – *bay*

follow (v) – *theo*

foot – *chân*

for – *cho*

force – *sức, lực*

foreign – *nước ngoài*

forest – *rừng*

forget (v) – *quên*

forgive (v) – *tha thứ*

fork – *cái nĩa*

formality – *hình thức*

fragile – *dễ vỡ*

freckle – *tàn nhang*

free (of charge) – *miễn phí*

free (not bound) – *tự do*

freeze – *giá lạnh*

fresh (not stale) – *tươi*

fried – *chiên*

friend – *bạn*

friendly – *thân thiện*

from – *từ*

fruit – *trái cây*

fry (v) – *chiên*

full – *đầy*

fun – *sự vui đùa*

funny – *buồn cười*

furniture – *đồ đạc*

G

game – *trò chơi*
garbage – *rác*
garden – *vườn*
garlic – *tỏi*
gate – *cửa*
generous – *rộng lượng*
get (v) – *được*
girl – *con gái*
give (v) – *cho*
glass (of water) – *ly (nước)*
glasses – *nhiều ly*
gloves – *găng tay*
go (v) – *đi*
goat – *con dê*
God – *Thượng đế*
gold – *vàng*
good – *tốt*
government – *chính phủ*
grandchild – *cháu trai*
grandfather – *ông*
grandmother – *bà*
grape – *quả nho*
grass – *cỏ*
grease – *mỡ*
greed – *tính tham lam*
green – *màu xanh lá cây*
greet (v) – *chào hỏi*
grocery – *tiệm tạp hóa*
grow (v) – *trồng*
guess (v) – *đoán*

guide – *hướng dẫn*
guidebook – *sách hướng dẫn*
guilt – *tội lỗi*
guitar – *đàn tay ban cầm*
gun – *súng*

H

hair – *tóc*
half – *một nửa*
hand – *tay*
handbag – *túi xách tay*
handicraft – *đồ thủ công*
handkerchief – *khăn tay*
handsome – *đẹp trai*
happy – *hạnh phúc*
hard – *khó*
hat – *cái nón*
hate (v) – *ghét*
have (v) – *có*
head – *cái đầu*
headache – *đau đầu*
health – *sức khỏe*
hear (v) – *nghe*
heart – *trái tim*
heat – *sức nóng*
heater – *lò sưởi*
heavy – *nặng*
help (v) – *giúp đỡ*
hen – *gà mái*
herb – *cỏ, rau mùi*

here – *ở đây*
high – *cao*
hill – *cái đồi*
hire (v) – *thuê*
hitchhike – *quá giang*
hold (v) – *nắm, giữ*
hole – *cái lỗ*
holiday – *ngày nghỉ*
holy – *thần thánh*
home – *nhà*
homeland – *quê nhà*
homesick – *nhớ nhà*
homosexual – *đồng tình*
  luyến ái
honest – *chính trực*
hope (v) – *hy vọng*
horse – *con ngựa*
hospitality – *sự mến khách*
hot – *nóng*
hotel – *khách sạn*
house – *nhà*
housework – *việc nhà*
how – *làm sao*
hug (v) – *ôm chặt*
human – *nhân đạo*
hungry (to be) – *đói*
hurry (to be in a) – *vội vàng*
hurt – *đau*
husband – *chồng*

I

ice – *nước đá*
icecream – *cà-rem*
idea – *ý tưởng*
idiot – *ngu ngốc*
if – *nếu*
ill – *bệnh, ốm*
illegal – *bất hợp pháp*
immediately – *ngay*
imitation – *bắt chước*
import (v) – *nhập khẩu*
impossible – *không thể*
  làm được
imprisonment – *sự bỏ tù*
in – *trong*
incident – *việc xảy ra*
include (v) – *bao gồm*
inconvenient – *bất tiện*
increase (v) – *gia tăng*
indigestion – *chứng khó tiêu*
individual – *cá nhân*
indoors – *ở trong nhà*
industry – *kỹ nghệ*
infection – *sự nhiễm độc*
infectious – *nhiễm trùng*
informal – *không nghi thức*
information – *tin tức*
injection – *sự tiêm*
injury – *sự tổn hại*
insect – *sâu bọ*

insect repellent –
  thuốc trừ sâu
inside – *ở trong*
insurance – *sự bảo hiểm*
insure – *bảo hiểm*
intelligent – *thông minh*
interested (v) – *có quan tâm*
interesting – *thú vị*
international – *quốc tế*
invite (v) – *mời*
irrigation – *sự tưới*
island – *hòn đảo*
itch – *sự ngứa*

J

jacket – *áo vét*
jail – *nhà tù*
jar – *lọ, bình*
jazz – *nhạc gia*
jewellery – *nữ trang*
job – *công việc*
joke (n) – *lời nói đùa*
joke (v) – *nói đùa*
journal – *tạp chí*
journalist – *nhà báo*
judge – *quan tòa*
jug – *cái bình*
juice – *nước ép*
jump (v) – *nhảy*
jumper/sweater – *áo ấm*

jungle – *rừng*
justice – *công lý*

K

kerosene – *dầu lửa*
key – *cái chìa khóa*
kidney – *thận*
kill – *giết*
kilogram – *ki-lô-gam*
kilometre – *ki-lô-mét*
kind – *tử tế*
kindergarten – *nhà trẻ*
kiss – *hôn*
kitchen – *phòng bếp*
knapsack – *ba lô*
knife – *dao nhíp*
know (to be acquainted with)
  – *nhận biết*
  (to have knowledge of,
  to know how to) – *biết*

L

lace – *dây buộc*
lake – *cái hồ*
lamb – *cừu*
lamp – *cây đèn*
land – *đất*
landslide – *sự lở đất*
language – *ngôn ngữ*
last (adj) late – *cuối cùng*

laugh – *cười*
laundry – *tiệm giặt*
law – *luật pháp*
lawyer – *luật sư*
lazy – *lười biếng*
leader – *người lãnh đạo*
learn (v) – *học*
leather (adj) – *bằng da*
leave (v) –*rời/để*
leech – *con đỉa*
left – *bên trái*
left-wing – *thuộc cánh tả*
leg – *chân*
legal – *hợp pháp*
lemon – *quả chanh*
Lent – *Mùa chay*
less – *ít hơn, nhỏ hơn*
letter – *cái thư*
lettuce – *rau diếp*
liar – *kẻ nói láo*
library – *thư viện*
lie (v) – *nói láo*
life – *sự sống*
lift (elevator) – *thang máy*
light (n) – *ánh sáng*
  (adj) – *nhẹ*
like (similar) – *giống như*
like (vb) – *thích*
lime – *chanh*
line – *dây*
lip – *môi*

lipstick – *thỏi son*
listen (v) – *nghe*
little (adj) – *nhỏ, bé*
live (v) – *sống*
lizard – *con thằn lằn*
lock (n) – *ổ khóa*
long – *dài*
look (v) – *nhìn, xem*
look for (v) – *tìm kiếm*
lose – *mất*
loud – *to, ầm ĩ*
love (n) – *tình yêu*
love (v) – *yêu*
low – *thấp*
luck – *may mắn*
luggage – *hành lý*
lump (of sugar)–
  viên (đường)
  (swelling) – *cục bướu*
lunch – *ăn trưa*
luxury – *sang trọng*

M

machine – *máy móc*
mad – *điên*
made (to be made of) –
  làm bằng
magazine – *tạp chí*
maid – *con gái, đầy tớ gái*
majority – *đa số, số đông*

make – *làm*
make-up – *sự trang điểm*
male – *trai*
man – *người đàn ông*
manager (n) – *người quản lý*
many – *nhiều*
map – *bản đồ*
marble – *đá hoa*
market – *chợ*
marriage – *sự kết hôn*
marry (v) – *cưới vợ, lấy chồng*
matches – *diêm*
mattress – *nệm*
maybe – *có thể*
meat – *thịt*
mechanic – *thợ máy*
medicine – *thuốc*
meet (v) – *gặp*
melon – *dưa tây*
mend (v) – *vá, mạng*
menu – *thực đơn*
message – *thông báo*
metal – *kim loại*
midday – *buổi trưa*
midnight – *nửa đêm*
milk – *sữa*
mind (n) – *tinh thần*
mineral water – *nước suối*
mint – *cây bạc hà*
minute – *phút*
mirror – *tấm gương*

miss (feel absence of) – *nhớ*
mistake – *lỗi, sai lầm*
mix (v) – *pha trộn*
modern – *tân kỳ*
monastery – *tu viện*
money – *tiền*
monkey – *con khỉ*
month – *tháng*
moon – *mặt trăng*
more – *thêm nữa*
morning – *buổi sáng*
mother – *mẹ*
mountain – *quả núi*
mouth – *miệng*
move – *di chuyển*
movie – *chiếu bóng*
mud – *bùn*
museum – *viện bảo tàng*

N

name – *tên*
narcotic – *thuốc ngủ*
nature – *thiên nhiên*
near – *gần*
necessary – *cần thiết*
necklace – *chuỗi hạt*
need (v) – *cần*
needle – *cái kim*
neither – *không*
never – *không bao giờ*

new – *mới*
news – *tin tức*
newspaper – *nhật báo*
next – *sắp tới*
nice – *tử tế*
night – *ban đêm*
noise – *tiếng ồn*
noisy – *ồn ào*
none – *không một ai*
north – *phía bắc*
nose – *cái mũi*
nothing – *không có gì*
novel – *tiểu thuyết*
now – *bây giờ*
nurse – *y tá*
nut – *quả hạch*

O

obvious – *rõ ràng*
occupation – *công việc*
ocean – *đại dương*
odour – *mùi*
offend (v) – *xúc phạm*
offer (v) – *biếu, tặng*
office – *văn phòng*
officer – *sĩ quan*
often – *luôn luôn*
oil – *dầu*
ointment – *thuốc mở*
old – *cũ*

olive – *quả ô-liu*
omelette – *trứng chiên*
on – *trên*
once – *một lần*
one – *một*
onion – *hành*
only – *chỉ*
open (v) – *mở, bắt đầu*
  (adj) – *mở*
opinion – *ý kiến*
opportunity – *cơ hội*
opposite – *trái ngược*
or – *hay là*
orange – *quả cam*
order (n) – *thứ, bậc*
ordinary – *bình thường*
organisation – *tổ chức,
  cơ quan*
organise (v) – *tổ chức*
original – *nguồn gốc*
other – *khác*
out – *ngoài*
outside – *bên ngoài*
over – *trên*
overboard – *xuống biển*
overcoat – *áo khoác ngoài*
overnight – *qua đêm*
overseas – *ở nước ngoài*
owe (v) – *nợ, thiếu*
owner – *người chủ*
ox – *con bò đực*

oxygen – *o-xy*
oyster – *con sò*

P

package – *gói đồ*
packet – *gói*
  (of cigarettes) – *thuốc lá*
padlock – *cái khóa móc*
page – *trang*
pain – *sự đau đớn*
painful – *đau đớn*
painter – *họa sĩ*
pair – *một đôi*
palace – *lâu đài*
pan – *xoong, chảo*
pancake – *bánh kếp*
pants – *quần dài*
paper – *giấy*
parallel – *song song*
parcel – *gói, bưu kiện*
pardon – *sự tha thứ*
parents – *cha mẹ*
park – *công viên*
parrot – *con vẹt*
part – *bộ phận*
participate (v) – *tham dự*
participation – *sự tham dự*
particular – *đặc biệt*
parting – *sự từ giã*
party – *đảng, bữa tiệc*

passenger – *hành khách*
passport – *hộ chiếu*
past – *quá khứ*
pastry – *bột nhồi*
path – *đường mòn*
patient – *người bệnh*
pay (vb) – *trả tiền*
peas – *đậu Hà-lan*
peace – *hòa bình*
peach – *quả đào*
peanut – *đậu phọng*
pear – *quả lê*
pearl – *ngọc trai*
pedestrian – *người đi bộ*
pen – *bút, ngòi bút*
pencil – *bút chì*
people – *người*
pepper – *tiêu*
per – *mỗi*
percentage – *tỷ lệ phần trăm*
perfect – *hoàn hảo*
permanent – *lâu dài*
permission – *sự cho phép*
permit – *cho phép*
persecution – *sự hành hạ*
person – *người*
personal – *cá nhân*
personality – *nhân cách*
perspire (v) – *đổ mồ hôi*
pharmacy – *nhà thuốc tây*
photo – *ảnh*

pie – *bánh pa-tê*
piece – *miếng, mảnh*
pig – *con heo*
pill – *viên thuốc*
pillow – *cái gối*
pillowcase – *áo gối*
pilot – *phi công*
pine – *cây thông*
pineapple – *quả thơm,
  quả dứa*
pink – *màu hồng*
pipe – *ống dẫn*
place – *chỗ, nơi*
plane – *mặt phẳng, máy bay*
plant – *cây*
plate – *tấm, phiến*
play (v) – *chơi*
plea – *lời bào chữa*
plenty – *nhiều, sung mãn*
plug – *nút, chốt*
plum – *quả mận*
pocket – *túi*
poet – *nhà thơ*
point – *điểm*
police – *cảnh sát*
politics – *chính trị học*
pool (swimming) – *hồ (bơi)*
poor – *nghèo*
popcorn – *bắp rang*
positive – *tích cực*
postbox – *thùng thư*

post office – *bưu điện*
postage – *bưu phí*
postage stamp – *tem thư*
postcard – *bưu thiếp*
pot – *bình, lọ*
potato – *khoai tây*
pottery – *đồ gốm*
pound – *đồng bảng Anh*
poverty – *sự nghèo khó*
power – *quyền lực*
practical – *thực hành*
prayer – *sự cầu nguyện*
prefer (v) – *thích hơn*
pregnant – *có thai*
prepare – *sửa soạn*
prescription – *đơn thuốc*
present (time) – *hiện tại*
  (gift) – *quà biếu*
president – *tổng thống, chủ
  tịch*
pressure – *áp lực*
pretty – *xinh, đẹp*
prevent – *ngăn ngừa*
price – *giá cả*
pride – *hãnh diện*
priest – *thầy tu*
prison – *nhà tù*
prisoner – *người ở tù, tù nhân*
private – *riêng tư*
probably – *có thể*
problem – *vấn đề*

process – *quá trình*
procession – *cuộc diễn hành*
produce – *sản xuất*
professional – *chuyên nghiệp*
profit – *lợi ích*
promise – *hứa*
property – *tài sản*
proportion – *sự cân xứng,*
  tỷ lệ
prostitute – *đĩ, điếm*
protect (v) – *bảo vệ*
protest (n) – *sự phản đối*
public – *chung, công cộng*
pull – *kéo*
punish (v) – *phạt*
pure – *nguyên chất, tinh khiết*
purple – *màu tía*
pus – *mủ*
push (v) – *đẩy*
put (v) – *để*

Q

quality – *chất lượng*
quarrel (v) – *cãi nhau*
question – *câu hỏi*
quick – *nhanh*
quiet – *im lặng*

R

rabbit – *con thỏ*

race (of people) – *chủng tộc*
  (contest) – *cuộc đua*
racism – *sự kỳ thị*
radio – *máy thu thanh*
railroad – *đường xe lửa*
rain – *mưa*
raincoat – *áo mưa*
rainy – *có mưa*
ranch – *trại nuôi súc vật*
rape (n) – *sự cướp đoạt, sự*
  hãm hiếp
rape (v) – *cướp đoạt, hãm*
  hiếp
rare – *hiếm*
rat – *con chuột*
raw – *sống*
razor – *dao cạo*
razor-blade – *lưỡi dao cạo*
read (v) – *đọc*
ready – *sẵn sàng*
real – *thực, thực tế*
realise (v) – *thực hiện*
reason – *lý lẽ*
receipt – *biên nhận*
receive (v) – *nhận*
recent – *vừa mới*
recognise (v) – *công nhận*
recommend (v) – *đề nghị*
recording – *sự ghi*
red – *màu đỏ*
reflection – *sự suy nghĩ*

refreshment – *sự nghỉ ngơi,
   thức ăn & thức uống*
refrigerator – *máy lạnh*
refugee – *người tỵ nạn*
refund – *trả lại*
refuse (v) – *từ chối*
region – *vùng, miền*
regret (v) – *sự hối tiếc,
   sự ân hận*
regulation – *quy tắc, điều lệ*
relation – *sự liên hệ*
relationship – *mối quan hệ*
relax (v) – *giải trí, nghỉ ngơi*
religion – *tôn giáo*
remember (v) – *nhớ*
remote – *xa*
rent (n) – *tiền thuê nhà*
rent (v) – *thuê nhà*
repair (v) – *sửa chữa*
repeat – *nhắc lại*
repellent – *thuốc trừ sâu*
report (v) – *báo cáo,
   tường trình*
representative – *đại diện*
reptile – *loài bò sát*
republic – *cộng hòa*
require – *đòi hỏi*
reservation – *sự hạn chế*
reserve – *để dành, dự trữ,
   trừ bị*
respect – *kính trọng*

responsibility – *trách nhiệm*
rest – *nghỉ ngơi*
restaurant – *tiệm ăn*
return (vb) – *trở lại*
revolution – *cuộc cách mạng*
rhythm – *nhịp điệu*
rice – *cơm*
rich – *giàu*
right (opposite of left) –
   bên phải
   (not wrong) – *đúng*
right wing – *cánh hữu,
   phe hữu*
ring (n) – *chiếc nhẫn*
ring (v) – *rung*
ripe – *chín*
risk – *sự liều lĩnh*
river – *con sông*
road – *con đường*
roasted – *nướng*
rob – *cướp*
robber – *kẻ ăn cướp*
robbery – *sự ăn cướp*
rock – *đá*
roof – *mái nhà*
room – *phòng*
rope – *dây thừng*
rose – *hoa hồng*
round – *tròn*
rubbish – *đồ bỏ đi, rác rưởi*
rug – *thảm*

ruins – *tàn tích*
rule – *phép tắc, luật lệ*
run (v) – *chạy*

S

sad – *buồn*
safe (n) – *tủ sắt*
safe (adj) – *an toàn*
safety – *sự an toàn*
saffron – *màu vàng nghệ*
sailor – *thuỷ thủ*
saint – *vị thánh*
salad – *xà-lách*
sale – *sự bán*
salt – *muối*
same – *giống như*
sand – *cát*
sandals – *dép*
sandwich – *bánh xăng-uých*
satisfaction – *sự thỏa mãn, sự hài lòng*
sauce – *nước xốt*
saucepan – *cái xoong*
sausage – *xúc xích, lạp xưởng*
save – *để dành*
scarf – *khăn quàng cổ*
school – *trường học*
scissors – *cái kéo*
sea – *biển*
seasick – *say sóng*

seat – *ghế, chỗ ngồi*
second – *thứ hai*
secret – *bí mật*
secretary – *thư ký*
section – *phần, đoạn, tiết*
see – *thấy*
selfish – *ích kỷ*
sell (v) – *bán*
seller – *người bán hàng*
send (v) – *gởi*
separate (a) – *ly thân*
separate (v)– *tách ra, phân ra*
serious – *trầm trọng, nghiêm trọng*
servant – *người giúp việc*
settle (v) – *ổn định, an cư*
several – *dăm bảy*
sew – *may, khâu*
shade (n) – *bóng, bóng tối*
shampoo – *xà-phòng gội đầu*
shape – *hình dáng*
share (v) – *chia xẻ*
shark – *cá mập*
shave (v) – *cạo râu*
shawl – *khăn choàng*
sheep – *con cừu*
sheet – *lá, tấm, ra trải giường*
shell – *vỏ, bao*
ship – *tàu thuỷ*
shirt – *áo sơ-mi*
shoe – *giày*

shoot (v) – *bắn*
shop – *cửa tiệm*
shore – *bờ, bờ biển*
short (duration/time) – *ngắn*
  (height) – *thấp*
shortage – *sự thiếu*
shout (v) – *la hét, reo hò*
show (v) – *cho xem, cho thấy*
shower – *trận mưa rào*
shrimp – *con tôm*
shut (v) – *đóng*
shy – *e thẹn, nhút nhát*
sick – *bệnh, ốm*
sickness – *sự đau yếu*
side – *phía, mặt*
sight (view) – *sức nhìn, thị lực*
sign – *ký*
silence – *yên lặng*
silk (adj) – *lụa*
silver – *bạc*
similar – *giống như*
simple – *đơn giản*
sin – *tội lỗi*
since – *từ lúc*
sing (v) – *ca hát*
single (unique) – *đơn lẻ*
  (unmarried – *độc thân*
sister (older) – *chị*
  (younger) – *em*
sit (v) – *ngồi*
situation – *hoàn cảnh*

size – *kích thước*
skin – *da*
skirt – *váy*
sky – *trời, bầu trời*
sleep – *ngủ*
sleepy (to be) – *buồn ngủ*
slender – *mảnh khảnh*
slow – *chậm*
slowly – *chậm chạp*
small – *nhỏ*
smell (n) – *khứu giác, sự ngửi*
smile (n) – *nụ cười*
smoke (n) – *khói*
snake – *con rắn*
snow – *tuyết*
soap – *xà-phòng*
socialism – *chủ nghĩa xã hội*
sock – *bít tất*
soil – *đất*
solid – *vững vàng, cứng*
some – *một vài*
somebody – *một vài người*
something – *một vài cái gì*
sometimes – *đôi khi*
son – *con trai*
song – *bài hát*
soon – *sớm*
sorry (I am) – *xin lỗi*
soup – *xúp, canh*
south – *phía nam*
souvenir – *vật kỷ niệm*

speak (v) – *nói*
special – *đặt biệt*
speed – *tốc độ*
spicy – *cay, nhiều đồ gia vị*
spider – *con nhện*
spoon – *cái thìa*
sport – *thể thao*
spring (season) – *mùa xuân*
square – *vuông*
stairway – *cầu thang*
stamp – *tem*
standard – *tiêu chuẩn*
star – *ngôi sao*
start – *khởi hành, bắt đầu*
station – *ga, trạm*
stay (v) – *ở lại*
steal (v) – *ăn cắp*
steam – *hơi nước*
step – *bước, bước đi*
stick – *cái gậy*
sting (v) – *châm, chích, đốt*
stomach – *dạ dày*
stone – *đá*
stop (v) – *ngừng*
storm – *dông, bão*
story – *chuyện, câu chuyện*
stove – *cái lò*
straight – *thẳng*
strange – *lạ*
stranger – *người lạ*
strawberry – *quả dâu*

street – *con đường*
strength – *sức mạnh*
string – *dây*
strong – *bền, mạnh*
student – *học sinh*
stupid – *ngu, đần*
style – *kiểu, loại, văn phong*
subway – *đường xe điện ngầm*
success – *thành công*
sudden – *thình lình, đột ngột*
suffer (v) – *chịu, đau*
sugar – *đường*
suit – *bộ áo quần*
summer – *mùa hè*
sun – *mặt trời*
sunburn – *sự rám nắng*
sunglasses – *kính râm*
sunrise – *mặt trời mọc*
sunset – *mặt trời lặn*
supermarket – *siêu thị*
sure – *chắc chắn*
surprise – *ngạc nhiên*
survive (v) – *sống sót, tồn tại*
sweet – *ngọt*
sweet potato – *khoai lang*
swim (v) – *bơi*

T

table – *cái bàn*
tail – *cái đuôi*

take (v) – *lấy, cầm*
talk (v) – *nói*
tall – *cao*
tasty – *ngon*
tax – *thuế*
taxi – *xe tắc-xi*
tea – *trà*
tear(drop) – *nước mắt*
teaspoon – *thìa uống trà*
teach (v) – *dạy*
teacher – *giáo viên*
telegram – *bức điện tín*
telephone (n) – *điện thoại*
telephone (v) – *gọi điện thoại*
television – *truyền hình*
temperature – *nhiệt độ*
tent – *lều vải, rạp*
test – *trắc nghiệm*
that – *cái này*
theatre – *rạp hát, sân khấu*
there – *ở đó*
these – *những cái này*
thick – *dày*
thief – *kẻ ăn cắp*
thin – *mỏng*
think (v) – *suy nghĩ*
thirsty (to be) – *khát*
this – *cái này*
those – *những cái này*
thought – *tư tưởng*
thread – *sợi chỉ*

ticket – *vé, giấy mời*
tide – *thủy triều*
tight – *khít, kín*
time – *thì giờ*
tip (gratuity) – *tiền biếu*
tired (to be) – *mệt*
tissues – *giấy mỏng*
to – *đến*
toast – *bánh mì nướng*
together – *cùng, cùng với*
toilet – *phòng vệ sinh*
toilet paper – *giấy vệ sinh*
tomato – *cà chua*
tonight – *đêm nay*
too – *quá*
tooth – *răng*
toothache – *đau răng*
toothbrush – *bàn chải*
  đánh răng
toothpaste – *thuốc đánh răng*
touch (v) – *sờ, đụng*
tour – *cuộc đi*
tourist – *khách du lịch*
toward – *về phía*
towel – *khăn lau, khăn tắm*
tower – *tháp*
town – *thành phố, thị xã*
track – *dấu, vết*
train – *xe lửa*
transit (in) – *sự đi qua*
translate (v) – *dịch*

tree – *cây*
trip – *cuộc đi chơi, chuyến đi*
truck – *xe tải*
true – *thật, đúng*
trust – *tin, tin cậy*
try – *cố gắng*
turtle – *con rùa*
typhus – *bệnh sốt phát ban*

U

ugly – *xấu xí*
umbrella – *cái dù*
uncle – *bác/chú*
uncomfortable – *bất tiện*
under – *dưới*
understand (v) – *hiểu*
underwear – *áo quần lót*
unemployed – *thất nghiệp*
university – *đại học*
unsafe – *không an toàn*
until – *cho đến*
up – *trên*
upstairs – *trên lầu*
useful – *ích lợi*

V

vacant – *trống, rỗng*
vacation – *kỳ nghỉ hè*
vaccination – *sự chủng, sự chích ngừa*

valuable – *có giá trị*
value (price) – *giá trị*
vase – *cái bình, cái lọ*
vegetable – *rau cải*
vegetarian – *người ăn chay*
veil – *cái trướng, cái màn*
vendor – *người bán*
very – *nhiều*
view – *sự nhìn, quan điểm*
village – *làng*
vine – *cây nho*
vinegar – *giấm*
vineyard – *vườn nho*
visit (v) – *đi thăm*
voice – *tiếng nói*
vomit (n) – *ói, nôn*
vote (v) – *sự bỏ phiếu*
vulture – *người tàn ác*

W

wait (v) – *đợi*
waiter – *người hầu bàn*
walk (v) – *đi bộ*
wall – *bức tường*
want (v) – *muốn*
war – *chiến tranh*
warm – *ấm*
warn (v) – *cảnh cáo*
wash (yourself) – *rửa*
watch (n) – *đồng hồ*

watch (v)– *xem*
water – *nước*
water purification tablets –
   thuốc lọc nước
waterfall – *thác nước*
watermelon – *dưa hấu*
way – *con đường, lối đi*
weak – *yếu*
wealth – *sự giàu có*
wealthy – *giàu có, phong phú*
wear (v) – *mặc*
weather – *thời thiết*
weave – *dệt*
wedding – *lễ cưới*
week – *tuần lễ*
weigh – *cân, đo*
weight – *trọng lượng,*
   sức nặng
welcome – *đón tiếp*
well – *tốt, giỏi*
west – *phía tây*
wet – *ướt*
what – *gì*
wheat – *lúa mì*
when – *lúc nào*
where – *đâu*
which – *nào*
white – *màu trắng*
who – *ai*
whole – *toàn bộ, tất cả*
wide – *rộng*

wife – *người vợ*
wild animal – *thú hoang*
win – *thắng*
window – *cửa sổ*
wine – *rượu chát*
wing – *cánh*
winter – *mùa đông*
wire – *dây kim loại*
wise – *khôn ngoan*
with – *với*
within – *trong*
without – *không có*
woman – *phụ nữ, đàn bà*
wonderful – *kỳ lạ, phi thường*
wood – *gỗ*
wool – *len*
work (n)– *công việc*
work (v) .. *làm việc*
world – *thế giới*
worm – *sâu, giun*
worse – *xấu hơn, tệ hơn*
worth – *đáng giá*
wound – *vết thương*
wrist – *cổ tay*
write (v) – *viết*
writing paper – *giấy viết*
wrong – *sai*

X
X-ray – *tia X*

Y

year – *năm*
yellow – *màu vàng*
yesterday – *hôm qua*
yet – *còn, hãy còn*
yoghurt – *yao-ua*
young – *trẻ*
youth – *tuổi trẻ, thanh niên*

Z

zone – *vùng*
zoo – *sở thú*

Emergencies

Help!	*Cứu với!*
It's an emergency!	*Trường hợp khẩn cấp!*
There's been an accident!	*Vừa có một tai nạn!*
Call a doctor!	*Xin gọi bác sĩ!*
Call an ambulance!	*Xin gọi xe cứu thương!*
I've been raped.	*Tôi vừa bị hãm.*
I've been robbed!	*Tôi vừa bị móc túi!*
Call the police!	*Xin gọi cảnh sát!*
My ... was stolen.	*... của tôi bị đánh cắp.*
Stop!	*Ngừng lại!*
Go away!	*Đi đi!*
I'll get the police!	*Tôi sẽ gọi cảnh sát!*
Watch out!	*Coi chừng!*
Thief!	*Kẻ ăn cắp!*
Fire!	*Cháy!*
I've lost ...	*Tôi vừa mất ...*
my bags	*cái xách tay của tôi*
my money	*tiền của tôi*
my traveller's cheques	*chi phiếu du lịch*
my passport	*sổ hộ chiếu của tôi*
I am ill.	*Tôi bị bệnh.*
I am lost.	*Tôi bị lạc đường.*

Where is the police station?	*Đồn cảnh sát ở đâu?*
Where are the toilets?	*Nhà vệ sinh ở đâu?*
Could you help me please?	*Xin vui lòng giúp tôi?*
Could I please use the telephone?	*Tôi có thể dùng điện thoại được không?*
I wish to contact my embassy/consulate.	*Tôi muốn liên lạc với tòa đại sứ/tòa lãnh sự.*
I speak English.	*Tôi nói tiếng Anh.*
I have medical insurance.	*Tôi có bảo hiểm y tế.*
I understand.	*Tôi hiểu.*
I don't understand.	*Tôi không hiểu*
I didn't realise I was doing anything wrong.	*Tôi không nghĩ là tôi đã làm điều gì sai.*
I didn't do it.	*Tôi không làm việc ấy.*
I'm sorry.	*Xin lỗi.*
I apologise.	*Tôi xin lỗi.*
Contact number (next of kin)	*Số liên lạc (người trực hệ)*
My blood group is (A, B, O, AB) positive/negative.	*Máu của tôi thuộc nhóm (A, B, O, AB) dương/âm.*

Language Survival Kits

Complete your travel experience with a Lonely Planet phrasebook. Developed for the independent traveller, the phrasebooks enable you to communicate confidently in any practical situation – and get to know the local people and their culture.

Skipping lengthy details on where to get your drycleaning ironed, information in the phrasebooks covers bargaining, customs and protocol, how to address people and introduce yourself, explanations of local ways of telling the time, dealing with bureaucracy and bargaining, plus plenty of ways to share your interests and learn from locals.

Australian
Introduction to Australian English, Aboriginal and Torres Strait languages.
Arabic (Egyptian)
Arabic (Moroccan)
Brazilian
Burmese
Cantonese
Central Europe
Covers Czech, French, German, Hungarian, Italian and Slovak.
Eastern Europe
Covers Bulgarian, Czech, Hungarian, Polish, Romanian and Slovak.
Fijian
Hindi/Urdu
Indonesian
Japanese
Korean
Mandarin
Mediterranean Europe
Covers Albanian, Greek, Italian, Macedonian, Maltese, Serbian & Croatian and Slovene.

Nepali
Pidgin
Pilipino
Quechua
Russian
Scandinavian Europe
Covers Danish, Finnish, Icelandic, Norwegian and Swedish.
Spanish (Latin American)
Sri Lanka
Swahili
Thai
Thai Hill Tribes
Tibet
Turkish
Vietnamese
Western Europe
Useful words and phrases in Basque, Catalan, Dutch, French, German, Irish, Portugese and Spanish (Castilian).

Lonely Planet Audio Packs

The best way to learn a language is to hear it spoken in context. Set within a dramatic narrative, with local music and local speakers, is a wide range of words and phrases for the independent traveller – to help you talk to people you meet, make your way around more easily, and enjoy your stay.

Each pack includes a phrasebook and CD or cassette, and comes in an attractive, useful cloth bag. These bags are made by local community groups, using traditional methods.

Forthcoming Language Survival Kits
Greek, the USA (American English and dialects, Native American languages and Hawaiian), Baltic States (Estonian, Latvian and Lithuanian), Lao, Mongolian, Bengali, Sinhalese, Hebrew, Ukrainian

Forthcoming Audio Packs
Indonesian, Japanese, Thai, Vietnamese, Mandarin, Cantonese

LONELY PLANET PUBLICATIONS
Australia: PO Box 617, Hawthorn, Victoria 3122
USA: 155 Filbert Street, Suite 251, Oakland CA 94607
UK: 10 Barley Mow Passage, Chiswick, London W4 4PH
France: 71 bis, rue du Cardinal Lemoine – 75005 Paris

PLANET TALK

Lonely Planet's FREE quarterly newsletter

We love hearing from you and think you'd like to hear from us.

When...is the right time to see reindeer in Finland?
Where...can you hear the best palm-wine music in Ghana?
How...do you get from Asunción to Areguá by steam train?
What...should you leave behind to avoid hassles with customs in Iran?

For the answer to these and
many other questions read
PLANET TALK.

Every issue is packed with up-to-date travel news and advice including:

- a letter from Lonely Planet founders Tony and Maureen Wheeler
- travel diary from a Lonely Planet author - find out what it's really like out on the road
- feature article on an important and topical travel issue
- a selection of recent letters from our readers
- the latest travel news from all over the world
- details on Lonely Planet's new and forthcoming releases

To join our mailing list contact any Lonely Planet office.

LONELY PLANET PUBLICATIONS
Australia: PO Box 617, Hawthorn, Victoria 3122 (tel: 03-819 1877)
USA: 155 Filbert Street, Suite 251, Oakland, CA 94607 (tel: 510-893 8555)
UK: 10 Barley Mow Passage, Chiswick, London W4 4PH (tel: 0181-742 3161)
FRANCE: 71 bis, rue du Cardinal Lemoine – 75005 Paris (tel: 1-46 34 00 58)

Also available Lonely Planet T-Shirts. 100% heavy weight cotton (S, M, L, XL)